राजर्षी शाहू छत्रपतींची भाषणे

संपादक
डॉ. जयसिंगराव भाऊसाहेब पवार

मेहता पब्लिशिंग हाऊस

RAJARSHI SHAHU CHATRAPATINCHI BHASHNE by
DR. JAYSINGRAO PAWAR

राजर्षी शाहू छत्रपतींची भाषणे / संशोधनात्मक

© संपादक : डॉ. जयसिंगराव भाऊसाहेब पवार
'शिवतेज' १०८, साने गुरुजी वसाहत, राधानगरी रोड,
कोल्हापूर - ४१६०१२. © (०२३१) २३२२६४२

प्रकाशक : सुनील अनिल मेहता, मेहता पब्लिशिंग हाऊस,
१९४१ सदाशिव पेठ, माडीवाले कॉलनी, पुणे - ३०

मुखपृष्ठ : चंद्रमोहन कुलकर्णी

प्रकाशनकाल: १५ जुलै, २००८ /
मेहता पब्लिशिंग हाऊस यांची सुधारित द्वितीयावृत्ती : मार्च, २०१८

P Book ISBN 9789387789098
E Book ISBN 9789387789104
E Books available on : play.google.com/store/books
www.amazon.in

भारतातील सामाजिक लोकशाहीचे आधारस्तंभ
आणि
आधुनिक महाराष्ट्राचे शिल्पकार
महात्मा जोतिराव फुले
यांच्या स्मृतीस...

संपादकाचे निवेदन

सन २००१ मध्ये आम्ही कोल्हापूरच्या 'महाराष्ट्र इतिहास प्रबोधिनी' या संस्थेतर्फे 'राजर्षी शाहू स्मारक ग्रंथ' प्रकाशित केला होता. तीन खंडांच्या व १२०० पृष्ठांच्या या महाग्रंथाचे प्रकाशन महाराष्ट्राचे थोर नेते नाम. शरद पवार यांच्या हस्ते झाले. अल्पावधीतच हा ग्रंथ इतका लोकप्रिय झाला, की त्याची ३००० ची आवृत्ती अवघ्या तीन महिन्यांत संपली. त्यानंतर हा ग्रंथ पुनर्मुद्रित करावा, अशी मागणी महाराष्ट्रातील शाहूप्रेमींकडून सातत्याने होत आहे. तथापि या ग्रंथाच्या निर्मितीचा खर्च संस्थेच्या आवाक्याबाहेरचा असल्याने, कोणीतरी भरीव साहाय्य केले, तरच ते शक्य होणार आहे.

दरम्यान या ग्रंथातील काही महत्त्वाचा भाग तरी छोट्या छोट्या पुस्तकांच्या रूपाने पुनर्प्रकाशित करावा, अशी सूचना अनेक अभ्यासकांनी केली. ही सूचना योग्य वाटल्यावरून आम्ही या ग्रंथाच्या तिसऱ्या खंडातील साहित्य स्वतंत्र पुस्तकरूपाने प्रकाशित करत आहोत. त्यामध्ये राजर्षी शाहू छत्रपतींची भाषणे, त्यांच्या चरित्राची कागदपत्रे, त्यांचे जाहीरनामे व हुकूमनामे, त्यांचा पत्रव्यवहार आणि त्यांचे सामाजिक कायदे यांचा समावेश आहे. पैकी प्रस्तुत पुस्तकात राजर्षी शाहू छत्रपतींची भाषणे सादर केली आहेत.

राजर्षी शाहू छत्रपती महाराज यांनी आपल्या कारकिर्दीत अनेक सामाजिक सभांच्या अथवा परिषदांच्या व्यासपीठावरून अध्यक्ष अथवा प्रमुख पाहुणे म्हणून भाषणे दिली होती. महाराजांच्या चरित्र वाङ्मयात या भाषणांचे महत्त्व अनन्यसाधारण आहे. ही भाषणे त्यांच्या चरित्राची अनमोल साधनेच आहेत. महाराजांच्या युगकार्याचे अचूक मूल्यमापन

करण्यासाठी या साधनांचे अभ्यासकांस मोठे मोलाचे मार्गदर्शन होते. ही भाषणे म्हणजे महाराजांच्या समाजक्रांतीच्या विचारांची मूळ संहिताच आहे. त्यामुळे महाराजांच्या जीवनावरील ग्रंथ काय अथवा लेख काय, हा या साधनाचा संदर्भ घेतल्याशिवाय पुरा होऊ शकत नाही, असे म्हटल्यास त्यात अतिशयोक्ती होणार नाही.

शाहू महाराजांच्याच कारकिर्दीत त्यांची १२ भाषणे 'श्रीमन्महाराज शाहू छत्रपती सरकार करवीर यांची भाषणे' या नावाने सन १९२० मध्ये 'जैनेन्द्र प्रिंटिंग प्रेस'ने छापली होती. कालौघात ती फारच दुर्मिळ झाली होती. शिवाय १९२० सालापासून पुढे त्यांच्या निधनापर्यंत महाराजांनी आणखी काही भाषणे दिली होती. ही भाषणे मराठीत होती. पण याच कालखंडात महाराजांनी प्रसंगपरत्वे इंग्रजीतूनही भाषणे केली होती. या सर्व भाषणांचा अतिशय परिश्रमपूर्वक व चिकाटीने शोध घेऊन कोल्हापूरचे शाहूचरित्राचे प्रसिद्ध अभ्यासक प्रा. श्याम येडेकर आणि श्री. भगवानराव बापूसाहेब जाधव या दोघांनी सन १९७१ मध्ये ही भाषणे प्रत्येकी स्वतंत्रपणे संपादित करून प्रकाशित केली. त्यांचे हे काम मोलाचे ठरले. या ग्रंथांचे पुढे शाहूचरित्र अभ्यासकांना मोठे साहाय्य झाले. १९७४ मध्ये महाराष्ट्र शासनाने प्रकाशित केलेल्या 'राजर्षी शाहू गौरव ग्रंथा'तील अनेक लेखकांनी आपल्या लिखाणासाठी या ग्रंथांतील संदर्भ अथवा उतारे घेतल्याचे दिसून येते.

पुढे लवकरच सन १९७५ मध्ये मराठीचे ख्यातनाम प्राध्यापक व साहित्यिक डॉ. एस. एस. भोसले यांनी महाराजांची ही भाषणे संपादित करून मराठी व इंग्रजी अशी स्वतंत्रपणे दोन ग्रंथांच्या रूपाने ती कोल्हापूर जिल्हा परिषदेच्या आश्रयाखाली प्रकाशित केली. आता उपरोक्त तिन्ही अभ्यासकांचे हे ग्रंथ दुर्मिळ होऊन बराच कालावधी लोटला आहे. या पार्श्वभूमीवर प्रस्तुत राजर्षी शाहू महाराजांची महत्त्वाची निवडक १६ मराठी भाषणे आम्ही येथे देत आहोत. त्यासाठी डॉ. भोसले यांचा ग्रंथ आधारभूत मानला आहे. महाराजांची बरीचशी इंग्रजी भाषणे प्रासंगिक स्वरूपाची आहेत; त्यांतील काही भाषणे सामाजिकदृष्ट्या महत्त्वाची आहेत; पण ती मराठी भाषणांची रूपांतरे आहेत. त्यामुळे येथे मराठी भाषणांनाच प्राधान्य दिले आहे. तसेच काही ठिकाणांचा तात्कालिक व प्रासंगिक स्वरूपाचा मजकूर वगळला आहे. अर्थात, महत्त्वाची मूळ

संहिता जशीच्या तशी ठेवली आहे. प्रत्येक भाषणास जे शीर्षक दिले आहे, ते त्या भाषणातील भावार्थ जाणून योजले आहे. तसेच प्रत्येक भाषणाच्या प्रारंभी भाषणाचे सामाजिक महत्त्व सांगणारी संपादकीय टिप्पणी जोडलेली आहे.

शाहू महाराजांनी ज्या अनेक सामाजिक संघटनांच्या व्यासपीठांवरून ही भाषणे दिली आहेत, त्या संघटनांची नावे जरी नजरेसमोर आणली, तरी त्या भाषणांचे ऐतिहासिक महत्त्व ध्यानी आल्याशिवाय राहत नाही. उदाहरणार्थ, १) अखिल भारतीय मराठा शिक्षण परिषद- खामगाव, २) कामगार मेळावा- परळ, मुंबई, ३) आर्यधर्म परिषद- नवसारी, गुजरात, ४) अखिल भारतीय कुर्मी क्षत्रिय सामाजिक परिषद- कानपूर, उत्तर प्रदेश, ५) अस्पृश्य वर्गाची परिषद- माणगाव, कोल्हापूर, ६) श्री उदाजी मराठा विद्यार्थी वसतिगृह- नाशिक, ७) सोमवंशीय समाज अधिवेशन - नाशिक, ८) अखिल भारतीय बहिष्कृत समाज परिषद- नागपूर, ९) कर्नाटक ब्राह्मणेतर सामाजिक परिषद- हुबळी, १०) अखिल भारतीय अस्पृश्य परिषद- दिल्ली इत्यादी.

प्रस्तुतच्या भाषणांमध्ये राजर्षी शाहू महाराजांनी अनेक सामाजिक विषय व समस्या यांचा ऊहापोह करून आपले पुरोगामी विचार मांडले आहेत. या विषयांमध्ये अस्पृश्यता व जातिभेद यांचा प्रश्न, मागासलेल्या समाजाचा उद्धार, वर्णव्यवस्था, समानतेचे तत्त्व, बौद्धिक स्वातंत्र्य, सामाजिक नीतिमत्ता, इंग्रजी शिक्षण, विद्येचा महिमा, विधवाविवाह, पडदापद्धती, म. फुले, आर्य समाज, म. गांधी, व्यापार-धंदे, कृषिकर्म, कारखानदारी, शेतकरी, मजूर, मजूर संघ, सहकार तत्त्व इत्यादी अनेक सामाजिक, धार्मिक, राजकीय व आर्थिक विषयांचा समावेश आहे. या विषयांवरील विचारांच्या अभ्यासामुळे वाचकांचा राजर्षी शाहू चरित्रावरील दृष्टिक्षेप लांबवर पोहोचविण्यास मदत होईल, अशी आशा आहे.

– डॉ. जयसिंगराव पवार
कोल्हापूर

अनुक्रमणिका

पूर्वजांची कीर्ती निष्कलंक राखावी!

राजर्षी शाहू महाराजांचा हा मराठा पलटणीस उद्देशून काढलेला जाहीरनामा आहे! (दि. २३ मार्च १९१६). दुसऱ्या महायुद्धात इंग्रजांच्या लष्करातील मराठा पलटण इराकमध्ये तैग्रीस नदीच्या तीरावर एका वेढ्यात अडकून पडली. इंग्रजांना तिच्याकडे अन्नधान्याची रसद पोहोचविता येईना. तेव्हा मराठा सैनिकांवर उपासमारीची पाळी आली. त्यांना घोड्याचे मांस भक्षण करण्यावाचून पर्याय राहिला नाही. परंतु असे मांसभक्षण केल्यास आपण जातिबहिष्कृत होऊ, अशी भीती त्यांना वाटत होती. ही वार्ता समजल्यावर शाहू महाराजांनी आपल्या ज्ञातिबांधवांचे प्राण वाचाविण्यासाठी काढलेला हा जाहीरनामा आहे. प्राप्त परिस्थितीत प्राण वाचवून पूर्वजांची कीर्ती निष्कलंक राखण्याचे आवाहन त्यांनी येथे केले आहे.

मराठा पलटणीतील माझे बांधव, अधिकारी लोक व शिपाई गडी हो!

सार्वभौम सरकार आपल्या दोस्तांसह गेली सुमारे दोन वर्षे महायुद्धामध्ये गुंतले आहे. आपल्या शूर पूर्वजांच्या निष्कलंक यशाला साजेशी धैर्याची व शौर्याची कामगिरी मराठे एकसारखे बजावीत असल्याचे ऐकून प्रत्येक मराठ्याला मोठा अभिमान वाटत आहे. आपणास माहीत असल्याप्रमाणे मी ब्रिटिश सेनेतील शूर मराठा पलटणीचा कर्नल असल्यामुळे, या पराक्रमाचे महत्त्व मला विशेष वाटते.

या महायुद्धामध्ये आम्हांपैकी कित्येकांना प्रत्यक्ष भाग घेता आला नाही; म्हणून आमची निराशा होणे स्वाभाविक आहे. तथापि आपल्या

जिवाची यत्किंचितही पर्वा न करिता, मोठे हाल सोसून, साम्राज्याच्या कार्यासाठी आमचेच बांधव रात्रं-दिवस झटत असल्याचे पाहून, प्रत्येकाला मोठे समाधान वाटत आहे. माझे मराठा बांधव निस्सीम निष्ठेने आपले पवित्र कर्तव्य बजावीत असताना, ते मोठ्या संकटात सापडले आहेत व जातीच्या निर्बंधानुसार कोणते खाद्य व कोणते अखाद्य ठरवावयाचे, यासंबंधी एक प्रश्न उपस्थित झाला आहे, असे मला समजते. शत्रूच्या वेढ्यात ते सापडले असल्यामुळे, त्यांना दिवसानुदिवस अन्नाचा पुरवठा कमी पडत चालला आहे. सामग्रीचा पुरवठा करण्यासाठी साम्राज्य सरकार आपल्या प्रयत्नांची शिकस्त करीत आहे. तरीदेखील वेढ्यात सापडलेल्या सैनिकांना सामग्री पाठविणे दुरापास्त झाले आहे. अशा प्रसंगी प्राण वाचविण्यासाठी मिळालेल्या अन्नावर जगणे जरूर आहे. संकटाच्या प्रसंगी लोकांनी कसे वागावे हे ज्यात सांगितले आहे, अशा 'महाभारता'मध्ये हेच तत्त्व प्रतिपादन केले आहे. घोड्यांच्या मांसाचा उपयोग करण्यास कोणतीच आडकाठी नाही, असे खुद्द आमच्या शास्त्रावरूनदेखील स्पष्ट होते.

प्राचीन काळी घडलेल्या महाअश्वमेधाची हकिगत तुम्हांपैकी प्रत्येकाला ठाऊक आहे. त्या काळी घोड्याचे मांस खात असत; म्हणून शत्रूच्या कचाट्यात सापडले असता त्याचा उपयोग करण्यास यत्किंचितही आडकाठी करणे शक्य नाही. मी माझ्या नातलगांसह व माझ्या जातीच्या इतर लोकांसह या युद्धात भाग घेऊन तुमच्या कष्टांचा व संकटांचा मोठ्या आनंदाने वाटेकरी झालो असतो. मग हा अन्नासंबंधीचा प्रश्न सहजच सुटला असता. परंतु दुर्दैवाने ही संधी प्राप्त होणे माझ्या नशिबी नाही. आता तुम्हाला येऊन मिळणेही अशक्य आहे. म्हणून माझे बांधव हो, माझी अत्यंत कळकळीची व अंतःकरणपूर्वक अशी प्रार्थना आहे की, या प्रसंगी छाती घट्ट करून, संकट समयी शास्त्राने सांगितलेले कर्तव्य लक्षात आणून, उपलब्ध असलेल्या अन्नावर तुम्ही जिवंत राहावे आणि आपले कर्तव्य बजावून, तुमच्या पूर्वजांची कीर्ती निष्कलंक राखावी.

माझे थोर व पूज्य पूर्वज, मराठा साम्राज्याचे संस्थापक शिवाजी, हे आपल्या अनुयायांसह दिल्लीत अटकेत असल्या वेळी, त्या महायोद्ध्याने या बिकट प्रसंगाला कसे तोंड दिले, हे तुम्हाला माहीत आहेच.

घोड्याच्या मांसाचा उपयोग करून, जातिनिर्बंध मोडल्याबद्दल तुम्हाला यत्किंचितही दूषण लागणार नाही. मी त्याबद्दल हमी देतो. माझ्या शब्दावर पूर्ण भरवसा ठेवून आपण राहावे. या कठीण प्रसंगात तुम्ही सापडला नसून मी सापडलो आहे; असे मी समजतो. मला या संकटाची पूर्ण जाणीव आहे. म्हणून तुम्ही परत आल्यावर तुमच्या लग्नकार्यात व इतर धार्मिक समारंभात तुम्हाला कोणतीच गैरसोय भोगावी लागणार नाही, असे देवाला स्मरून वचन देतो.

या गोष्टीच्या सत्यतेबद्दल या विनंतिपत्रावर माझी सही, शिक्का व मोर्तब करीत आहे. माझे शब्द निरर्थक होणार नाहीत व तुम्ही आपले प्राण वाचवाल आणि जातीविषयक नसत्या अडचणी उपस्थित करून; आपल्या पवित्र कर्तव्यांची हेळसांड करून तुम्ही आपल्या पूर्वजांच्या चांगल्या नावलौकिकाला काळे फासणार नाही, अशी माझी खात्री आहे.

शिक्षणानेच आमचा तरणोपाय आहे!

अखिल भारतीय मराठा शिक्षण परिषदेचे ११वे अधिवेशन खामगाव येथे दि. २७ डिसेंबर १९१७ रोजी भरले होते. त्या अधिवेशनाचे अध्यक्ष म्हणून राजर्षी शाहू महाराजांनी केलेले हे भाषण. शिक्षणाशिवाय मागासलेल्या समाजास तरणोपाय नाही, हे प्रतिपादून महाराज म्हणतात, "शिक्षणाशिवाय कोणत्याही देशाची उन्नती झाली नाही, असे इतिहास सांगतो. अज्ञानात बुडून गेलेल्या देशात उत्तम मुत्सद्दी व लढवय्ये वीर कधीही निपजणार नाहीत. म्हणून सक्तीच्या व मोफत शिक्षणाची हिंदुस्थानला अत्यंत आवश्यकता आहे." स्वराज्याच्या हक्काविषयी ते म्हणतात की जितक्या लवकर आम्ही आमची जातिबंधने तोडून टाकू, तितक्या लवकर आपली स्वराज्याबद्दलची लायकी वाढत जाईल. हे तत्त्व ज्या दिवशी आमचे मनात बिंबेल, तोच राष्ट्राचा सुदिन होय!

मिस्टर स्टॅंडन, भगिनींनो व बंधूंनो!

'मराठा समाजा'ने आजच्या प्रसंगी हजर राहण्याबद्दल मजला मनोभावाने आमंत्रण केले, याचा मला अतिशय बहुमान वाटत आहे. मी येथे महाराजा या नात्याने आलो नाही; परंतु एक 'मराठा' असे समजूनच आलो आहे. आपण सर्व मजला आपल्यापैकीच एक मानाल अशी आशा आहे. आपण मला हवे तर शिपाईगडी म्हणा, अगर शेतकरी म्हणा किंवा जे काही रुचेल ते म्हणा. माझ्या कुलपरंपरेच्या वहिवाटीस अनुसरून आपणांपैकी रणशूर मला शिपाईगडी मानतील, आणि शेतकरी असतील ते पाटील किंवा शेतकरी असे मानतील.

कार्यबाहुल्यांमुळे अगदी शेवटच्या घटकेपर्यंत या परिषदेस हजर राहण्याचा मला निश्चय करता येईना. परंतु आपणा सर्वांना येथे भेटण्याची बहुमोल संधी हातची दवडू नये, असा मी निश्चय केला. माझे वडिलोपार्जित गाव वेरूळ, येथून जवळच आहे. येथेच माझ्या घराण्याचा पहिला उत्कर्ष म्हणजे पाटीलकी वतन आम्ही संपादिले. या वतनाबद्दल मला अद्याप अत्यंत आदर वाटत आहे, म्हणूनच मी माझ्या स्वतःच्या मंडळीमध्ये एक शेतकरी व पाटील या नात्याने आलो आहे. म्हणून माझा आनंद द्विगुणित होत आहे...

शिक्षणानेच आमचा तरणोपाय आहे, असे माझे ठाम मत आहे. शिक्षणाशिवाय कोणत्याही देशाची उन्नती झाली नाही, असे इतिहास सांगतो. अज्ञानात बुडून गेलेल्या देशात उत्तम मुत्सद्दी व लढवय्ये वीर कधीही निपजणार नाहीत. म्हणून सक्तीच्या व मोफत शिक्षणाची हिंदुस्थानला अत्यंत आवश्यकता आहे. या बाबतीत आमचा गतकाल म्हटला म्हणजे इतिहासातील एक अंधारी रात्र आहे. फक्त एकाच जातीने विद्येचा मक्ता घेतला होता. मनू आणि त्याच्यामागून झालेल्या शास्त्रकारांनी, त्या त्या वेळच्या ध्येयाला अनुसरून निरनिराळ्या जातींच्या व्यवहारास बंधनकारक असे निर्बंध रचले आणि खालच्या कमी जातीच्या लोकांना विद्यामंदिराचे दरवाजे बंद करण्यात आले. त्यांचे स्वतःचे धर्मग्रंथ आणि वेद हेसुद्धा वाचण्याची त्यांना मनाई होती. हिंदू धर्माशिवाय इतर कोणत्याही धर्माने अशा आंधळ्या व दुःखकारक परिणाम करण्याबद्दल अग्रेसरत्व मिळविले नाही. गेल्या साठ वर्षांमध्ये म्हणजे इ.स. १८५७ सालानंतर प्रजावत्सल ब्रिटिश सरकारने सर्वांना सरसहा शिक्षणाची द्वारे खुली केली आहेत आणि त्यामुळे मला वाटते, आम्ही बरीच प्रगती केली आहे.

'स्वराज्य हवे' अशी ओरड चोहोकडे ऐकू येत आहे. आम्ही स्वराज्यास पात्र आहोत किंवा नाही, हाच एक अत्यंत महत्त्वाचा प्रश्न आहे. स्वराज्य आम्हास पाहिजे आहेच. त्या योगानेच आमच्या सैन्यात चैतन्य उत्पन्न होईल. सार्वभौम ब्रिटिश सरकारनेच आमच्या मनात स्वराज्याची कल्पना प्रेरली आहे आणि जिंकलेल्या लोकांच्या प्रगतीला अडथळा केला नाही, याबद्दल आम्ही त्यांचे फार कृतज्ञ आहोत. इतकेच नव्हे, तर आमची प्रगती व्हावी म्हणून ते निरंतर उत्सुक असतात.

स्वराज्यासारख्या अत्यंत महत्त्वाच्या आणि व्यापक प्रश्नांचा सांगोपांग रीतीने विवेचन करण्याचा आजचा प्रसंग नाही. तथापि याबाबतीत लॉर्ड सिडनहॅम साहेबांप्रमाणेच माझे मत आहे. ते माझे मित्र असून मी त्यांच्या गुणांचा चाहता आहे. लॉर्ड सिडनहॅम साहेबांचे असे मत आहे की, जोपर्यंत हिंदुस्थान जातिबंधनाशी निगडित राहील, तोपर्यंत स्वराज्य संस्थेपासून मिळणारे संपूर्ण फायदे त्यास घेता येणार नाहीत. त्यांना अशी भीती वाटते की, येथील सत्ता उच्च वर्गाच्या हाती जाईल. विचारांती माझे मत झाले आहे की, आमची सध्याची जातिबंधने तोडून टाकण्याचा काळ येईलच येईल. आमच्या नैतिक आणि प्रगतीच्या हिताकडे लक्ष देऊनच वरील स्थिती यावी, अशी माझी इच्छा आहे. जोपर्यंत आमच्यामध्ये जातीजातींतील मतभेद आणि मत्सर जिवंत आहेत, तोपर्यंत आम्ही आपापसात झगडत राहणार आणि आमच्या हितवृद्धीस अपाय करून घेणार. आमच्यातील अंतस्थ कलह नाहीसे करण्यास आणि आम्हाला स्वराज्यास पात्र करून घेण्याकरिता ही अनर्थकारक जातीपद्धती झुगारून देणे आम्हाला अत्यंत आवश्यक आहे, हे आपल्या लक्षात आले असेलच.

क्षत्रियांच्या निर्मूलनाविषयीच्या पौराणिक कथेचा येथे निर्देश करणे अप्रासंगिक होणार नाही. मराठे लोक आपल्यास क्षत्रिय म्हणवितात, हे आपणांस माहीत आहेच. पांडवांच्या कालापासून ते लढवय्ये लोकांत प्रमुख आहेत. आमच्या क्षत्रिय कुळांचे निर्मूलन झाले आहे, असे आम्ही बिलकूल कबूल करीत नाही. आमचा सध्याचा अगणित समाजच या गोष्टीला खोटे ठरवितो. एक वेळ नव्हे, तर एकवीस वेळा पृथ्वी निःक्षत्रिय केल्याचा पौराणिक कथेचा अर्थ निराळ्या तऱ्हेने लावता येईल. शेतकी आणि लढवय्येपणा हे दोन्ही गुण नेहमी एकत्र असतात आणि शेतकरी वर्गाला तिसऱ्या वर्गाच्या हलक्या पायरीला पोचविल्यामुळेच ही निर्मूलनाची कल्पना अस्तित्वात आली असावी आणि तिचे खंडन वेळीच न झाल्याने तिजवर विश्वास बसला असावा. अशा प्रकारच्या नेहमी आढळून येणाऱ्या 'स्मृती'तील लेखांवरून क्षत्रियांचा प्रचंड समुदाय नाहीसा झाला असावा, असे मानण्यात आले. त्यापुढील काळात होऊन गेलेल्या लेखकांनी एक पाऊल पुढे टाकून क्षत्रियांना वैश्यांच्या पायरीवरून ढकलून देऊन थेट शूद्रांच्या पायरीस आणून पोचविले. हा सर्व पक्षपाती

समाजाच्या चळवळीचा परिणाम आहे. जगाच्या इतर भागात, उदाहरणार्थ जपान देशात जे काही घडून आले आहे, त्यावरूनही आमची जाती पद्धती मोडण्याची जरूरी आहे, असे माझे ठाम मत आहे. अशा प्रकारचा अवश्य फेरफार घडवून आणणे हे आमचे ध्येय असावे. मराठा आणि ब्राह्मण यांनी मला या कामी पूर्ण पाठबळ दिल्याशिवाय, मला किंवा माझ्या दर्जाच्या कोणाही मनुष्याला यश येण्याची आशा करणे कधीतरी शक्य आहे काय?

हल्लीच्या स्थितीत, आमचे ध्येय साध्य करण्यासाठी जे कर्तव्य आम्हांस करावयाचे, ते आमचा समाज सुशिक्षित करणे व त्यांची मने तयार करणे, हे होय. या अत्यंत महत्त्वाच्या प्रश्नाचा उलगडा करण्याचा हा फक्त एकच मार्ग आहे; म्हणूनच प्रत्येक समाजाने आपल्या समाजातील प्रत्येक व्यक्तीच्या कल्याणाकरिता झटणे अगत्याचे आहे. निरनिराळ्या समाजातील लोकांना शिक्षण देण्याची पद्धत मी काळजीपूर्वक अनुसरीत आहे आणि माझ्या आयुष्याच्या पुढील काळात तीच पद्धत सुरू ठेवण्याची माझी इच्छा आहे. निरनिराळ्या जातींना स्वतःची उन्नती करून घेण्याच्या प्रयत्नांस मी प्रोत्साहन दिले आहे, हे कळविण्याची मला परवानगी असावी. मराठा जातीतील प्रमुख कुटुंबांना मी याच दिशेने मदत करण्याचा प्रयत्न केला आहे. पुन्हा जरुरीची गोष्ट ही, की जाती पद्धतीच्या शृंखला तोडून टाकण्याचे ध्येय साध्य करण्याकरिता आणि परस्परांची मने एक करणे असेल, तर परशुरामास रामाने जिंकले, तो राम क्षत्रिय होता आणि परशुराम हा ब्राह्मण होता, असल्या प्रकारच्या गतकालीन ऐतिहासिक गोष्टी आम्ही साफ विसरल्या पाहिजेत. जर असल्या गोष्टींची आठवण आम्ही सदोदित ठेवू लागलो, तर राम आणि परशुराम यांच्यासारखीच भांडणे आमच्यामध्ये चालू राहतील, अशी मला खात्री आहे. हे जातिकलह कायमचे नाहीसे केले पाहिजेत. उच्च कुलामुळे अथवा वतनदारपणामुळे येणारा सामाजिक दर्जा जगात सर्व देशांत व सुधारलेल्या समाजात प्रचलित आहेच. राष्ट्राची उभारणी करण्याच्या बाबतीत हा दर्जा कधीही आड आलेला नाही. जाती पद्धतीइतकी ही गोष्ट वाईट नाही. जन्मसिद्ध हक्कांबरोबर कर्तव्यकर्म व जबाबदारी यांची जोड असते.

सुधारणेच्या सर्व चळवळींत पुढाकार घेणे, हे उच्चवर्णीयांचे कर्तव्य

आहे. जपान देशातील ‘सामुराई’ जातीने- म्हणजे त्या राष्ट्रातील क्षत्रिय वर्णाने- त्यांचे जातिनिर्बंध मोडून टाकण्याच्या बाबतीत पुढाकार घेतला. सतराव्या शतकात होऊन गेलेल्या आमच्यातील थोर व पूज्य विभूती श्री छत्रपती शिवाजी महाराज यांनी आपणापुढे ठेविलेले ध्येय आज विसाव्या शतकात आपण आपल्या नजरेपुढे ठेविले पाहिजे व त्यांचे अनुकरण केले पाहिजे. मला सांगण्यास दिलगिरी वाटते की, ‘मीमांसा संस्थे’च्या स्थापनेपासून जुन्यापुराण्या व निरुपयोगी कल्पनांचे पुनरुज्जीवन होण्याचा संभव आहे. आपले पुढारी अर्वाचीन ध्येयाकडे लक्ष देण्याची जितकी जादा काळजी वाहतील, तितके चांगले. थोरल्या शिवाजी महाराजांनी जे उदाहरण घालून दिले आहे, त्याकडे त्यांनी दुर्लक्ष करू नये. फलटणच्या निंबाळकर घराण्यापैकी एका पुरुषाने मुसलमानी धर्माची दीक्षा घेऊन एका मुसलमान स्त्रीशी लग्न केले होते. त्या पुरुषास त्या थोर विभूतीने पुन्हा आपल्या जातीत घेतले आणि आपल्या परमपूज्य श्री. जिजाबाईसाहेब यांच्या संमतीने त्यांनी निंबाळकरांच्या मुलाशी आपल्या स्वतःच्या मुलीचा विवाह करून दिला.

खरोखरीच राष्ट्राची उभारणी, राष्ट्राची घटना या दोन गोष्टींचे हे एक उदाहरण आहे. आपल्या देशातील या थोर विभूतीला बहुमान व अत्यादर दाखविण्याचा एकच मार्ग म्हटले म्हणजे त्यांनी घालून दिलेला कित्ता गिरविणे व त्यांच्या मार्गाचे अवलंबन करणे, हा होय. जितक्या लवकर आम्ही आमची जातिबंधने तोडून टाकू, तितक्या लवकर आपली स्वराज्याबद्दलची लायकी वाढत जाईल. हे तत्त्व ज्या दिवशी आमचे मनात बिंबेल, तोच राष्ट्राचा सुदिन होय. जपान देशाने एका तडाख्यात जातिबंधने नाहीशी केली असे सांगतात, आणि त्याचा परिणाम आपणास दिसतच आहे. त्या राष्ट्राची आजकाल जगातील अत्यंत बलाढ्य व प्रमुख राष्ट्रांमध्ये गणना होत आहे. ‘महात्मा’ शिवाजी महाराज आणि अकबर यांचा मी चाहता आहे. सर्व हिंदुस्थान देश एकवट करण्याइतकी त्यांची दूरवर दृष्टी व उदात्त ध्येय होते. या राष्ट्रविभूतींचे आम्ही अनुकरण केले पाहिजे. या सात्त्विक पुरुषांबद्दल बहुमान वाटत असल्यामुळे नुकत्याच उल्लेख केलेल्या चातुर्वर्ण्य व्यवस्थेच्या स्थापनेची चळवळ मला पसंत नाही आणि याच कारणासाठी सत्यशोधक समाज, ब्राह्मोसमाज किंवा ज्या समाजाच्या योगाने निरनिराळ्या जातींमध्ये मत्सरभाव उत्पन्न

केला जाईल अशा कोणत्याही समाजाशी मी संबंध ठेवू इच्छित नाही. या आमच्या थोर देशाच्या नैतिक आणि सामाजिक प्रगतीचे कामी आणि सार्वजनिक हितासाठी निरनिराळ्या जातींचे एकीकरण करण्याचे आपण शक्य तितके प्रयत्न करू या. जर हल्लीची जातिव्यवस्थाच कायम राहिली, तर ज्या रीतीने हल्ली सुराज्याचा अर्थ समजला जातो ते स्वराज्य म्हणजे मूठभर लोकांच्या हाती सत्ता जाणे, हे होय. याचा अर्थ मी स्वराज्याच्या चळवळींच्या विरुद्ध आहे, असे समजावयाचे नाही; हे मी पुन्हा एकवार सांगतो. आम्हाला स्वराज्य पाहिजेच. जातिभेदापासून होणारे अनिष्ट परिणाम नाहीसे होईतोपर्यंत हल्लीच्या प्रसंगी आपणांस ब्रिटिश सरकारचा आश्रय व मार्गदर्शकता यांची जरुरी आहे. केवळ अल्पसंख्याक उच्चवर्गीयांच्या हातातच सत्ता जाण्यात स्वराज्याचे पर्यवसान होऊ नये म्हणून, निदान दहा वर्षेपर्यंत तरी आम्हाला जातवार प्रतिनिधी निवडून देण्याचा हक्क असला पाहिजे. यामुळे आमचे हक्क काय आहेत याचे आम्हाला शिक्षण मिळेल. एकवार ते आम्हाला समजले म्हणजे अशा प्रतिनिधित्वाची जरुरी राहणार नाही. जातवार प्रतिनिधी देण्याचा हक्क नसल्याने काय अवस्था होते याबाबत आमच्या म्युनिसिपालिटीचा शोचनीय अनुभव आम्हापुढे आहेच. या संस्थांतून कनिष्ठ जातींचे प्रतिनिधित्व नावाचेच आहे. म्हणून अशा तऱ्हेची चूक पुन्हा होऊ देऊ नये.

यास्तव शिक्षणाचा प्रश्न आणि त्याची निरनिराळी स्वरूपे याजकडे प्रथमतः आमचे लक्ष गेले पाहिजे. आम्ही शेतकरी किंवा सैनिकच होऊन राहावे, ही स्थिती आम्हाला समाधानकारक नाही. म्हणून व्यापार धंदे व इतर उच्चप्रतीचे व्यवसाय यात आम्हास शिरण्याची जरुरी आहे. हल्ली आम्ही व्यापार व उदीम यात पडतच नाही. विसाव्या शतकात राष्ट्राची उन्नती व्यापार व तत्संबंधीची चळवळ यावर अवलंबून आहे. खरोखर व्यापार हा पाश्चिमात्य राष्ट्रांचा धर्मच झाला आहे. येथे धर्म म्हणजे 'बुद्धियुक्त स्वहित' साधने असे मी समजतो. व्यापार करण्याचे साहस आम्ही केले नाही, तर आमुच्या सर्व चळवळी निस्तेज व निरर्थक होतील. व्यापारासंबंधीच्या चळवळीवर माझा पूर्ण विश्वास असल्यामुळे मी माझ्या दोघा मुलांना व आप्तांना व्यापारात घातले आहे आणि मला सांगण्यास समाधान वाटते की, त्यांनी तो धंदा मोठ्या आनंदाने

स्वीकारला आहे. एवढेच नाही, तर त्यात ते चांगल्या रीतीने पुढे येत आहेत. शेतकीच्या व्यवसायामध्ये जरी आमच्यातील बहुतेक लोक गुंतले आहेत, तथापि त्यातसुद्धा शिक्षणाची आम्हाला जरुरी आहे. शिक्षणाची जरूर नाही, अशी कोणतीही चळवळ नाही.

आम्ही कसे खावे, श्वास कसा घ्यावा, हेही आम्हास शिकले पाहिजे हे सांगणे जरासे चमत्कारिक दिसते. तथापि ही गोष्ट खरी आहे. हल्लीच्या काळी शेतकी इतकी पद्धतशीर झाली आहे की, ज्याला त्यात यश मिळवावयाचे आहे, त्याला त्या विषयावरील पुस्तके वाचता आली पाहिजेत व समजली पाहिजेत. सांप्रतच्या महायुद्धात, मराठे लोकांनी आपल्या इतिहासप्रसिद्ध रणवीरांची कीर्ती कायम ठेवली आहे. त्याचप्रमाणे आपल्या राज्यकर्त्यांविषयी राजनिष्ठा दाखविली आहे. जरी आमची लोकसंख्या मोठी आहे, तरी आमच्या दुर्बलतेमुळे या राक्षसी लढाईत, साम्राज्याच्या कामी द्रव्यबळ, मनुष्यबळ व सैन्यबळ यांची मदत करण्याचा झटून प्रयत्न केला पाहिजे. अर्वाचीन युद्ध पद्धतीत शिक्षणाची अत्यंत जरुरी आहे. प्रत्येक सैनिकास संग्रामशास्त्रावरील पुस्तके वाचता आली पाहिजेत. या ठिकाणीसुद्धा शिक्षणाचा प्रश्न आपल्यापुढे येतो. जर मराठे लोकांना शिक्षण मिळेल, तर ते खात्रीने अधिक चांगले योद्धे होतील. हल्लीच्या लढाईच्या दिवसांत, तोफखान्यावरील लोक उत्तम गणिती असले पाहिजेत. म्हणून हीच गोष्ट पुन्हा-पुन्हा सांगावी लागते आणि सर्व स्थितीचा विचार करता एकच तत्त्व निघते. ते हे, की प्रत्येक मराठा चांगला सुशिक्षित झाला पाहिजे. हल्लीच्या लढाईने आपणांस साम्राज्याची सेवा करण्याची सुसंधी आणून दिली आहे. असली संधी पूर्वी कधीच आली नव्हती व पुढे कदाचित येणार नाही. अर्थातच अशा प्रसंगी आपल्या सरकारला मदत करणे, हे सर्व जातींच्या व पंथांच्या लोकांचे कर्तव्य आहे, असे मी समजतो आणि या प्रसंगी त्यांनी पुढे येऊन पूर्वार्जित क्षात्रतेजाच्या परंपरेला शोभेल, असे वर्तन केले पाहिजे. या वेळी जर आम्ही कर्तव्यपराङ्मुख झालो, तर त्याबद्दल आम्हाला नेहमी शोक करावा लागेल...

आपल्या हक्कांसाठी झगडा!

दि. १०-११-१९१८ रोजी मुंबई येथे परळ मैदानावर कामगारांची मोठी सभा भरली होती. मुंबई इलाख्याचे लोकप्रिय गव्हर्नर लॉर्ड विलिंग्डन यांची गव्हर्नरपदाची मुदत संपली असली तरी, 'मागासलेल्या लोकांची व रयतेची कळकळ' असलेल्या या अधिकाऱ्यास त्या पदावर आणखी ५ वर्षे राहू द्यावे; अशी सरकारकडे मागणी करण्यासाठी ही सभा आयोजित केली होती. सभेचे अध्यक्षस्थान राजर्षी शाहू महाराजांनी स्वीकारलेले होते. त्या प्रसंगी केलेल्या या भाषणात "मी आपल्यापैकीच एक आहे," अशी सुरुवात करून मजूरदार लोकांनी आपल्या हिताच्या सरंक्षणासाठी 'सुव्यवस्थित संघ' स्थापन करून आपल्या हक्कासाठी झगडा करण्यास सिद्ध राहिले पाहिजे, असा उपदेश त्यांनी केला आहे. मागासलेल्या लोकांनी त्यांच्या प्रगतीसाठी भावी राज्यघटनेत 'जातवार प्रतिनिधित्व' मिळाले पाहिजे, अशीही मागणी या ठिकाणी त्यांनी केलेली आहे.

"माझे देश व ज्ञातिबांधव हो,

आजच्या सभेचे अध्यक्षस्थान स्वीकारण्यास आपण मला निमंत्रण केले आहे. ते स्वीकारण्यास मला विशेष आनंद व अभिमान वाटत आहे. कारण मी आपल्यापैकीच एक आहे. मागासलेल्या लोकांचा मार्गदर्शक होऊन त्यांना उच्च स्थिती प्राप्त करून देण्याचा प्रयत्न करण्यात मला आनंद वाटतो. मी आपला पुढारी झालो, तरी आपणाला केव्हाही भलत्या मार्गाने नेणार नाही, त्याविषयी खात्री असू द्या. आजच्यासारख्या सभेचे अध्यक्षस्थान स्वीकारण्यास मला जितका आनंद

वाटतो आहे, तितका आनंद एखाद्या पुढारलेल्या लोकांच्या सभेचे अध्यक्षस्थान स्वीकारण्यात मला खास वाटला नसता. अशा लोकांच्या सभेचा अध्यक्ष मी होतही नाही; कारण ते आपल्या पायांवर उभे राहण्यास पूर्ण समर्थ आहेत. ते लोक कधीकधी मला बहुमान देण्याकरिता बोलावतात, तरी कधी मी या कामास योग्य नाही असे समजून, मी त्यांची विनंती मान्य करीत नाही. कारण मजपेक्षा दुसरे लायक लोक पुष्कळ आहेत. त्यांनी हे काम करावे, असे मी त्यांना सांगतो...

मुंबई शहर हे व्यापार व उद्योगधंदा या बाबतीत सुप्रसिद्ध आहे. धनिकांचे भांडवल व कारखानदारांचे व्यवस्थापनचातुर्य यावरच हा व्यापार व उद्योगधंदा अवलंबून आहे, अशी आजपर्यंत इकडच्या प्रांती समजूत होती. पाश्चात्त्य देशांत भांडवलवाले व मजूर असे दोन वर्ग आहेत. तिकडेही भांडवलदार लोकांची मजूरदार लोकांवर बेसुमार सत्ता चाले. पण आता मजूरदार लोकांनी आपले संघ बनविले आहेत. गवताच्या एकेका काडीची ताकद जास्त नसते; पण अशा अनेक काड्यांचा वेठ वळला तर त्याने हत्तीलाही बांधता येते. मजूरदार लोकांना विलायतेत मजुरी वाढवावी एवढ्याकरिताच झगडावे लागते. तेथील समाजामध्ये कोणत्याही दर्जास पोचण्यास जन्मसिद्ध अडचणी मुळीच नाहीत. त्यामुळे ते उच्च वर्गात सहज रीतीने मिसळतात. तशी स्थिती आमच्या इकडे नाही. विलायतेत मजूरदार लोकांच्या संघांना पुष्कळ महत्त्व आले आहे. पार्लमेंटसारख्या संस्थांत व प्रधानमंडळात त्या लोकांतीलच प्रतिनिधी शिरले असून, ते आपल्या वर्गाच्या हिताचे योग्य रीतीने संरक्षण करीत आहेत.

आता आपल्या हिंदुस्थानातील स्थिती पाहू गेल्यास इकडे मुख्य मागासलेला वर्ग म्हणजे शेतकऱ्यांचा आहे. मीही त्यांपैकीच एक आहे. कारखान्यात मजुरी करणारे आपण सर्व शेतकरीच आहोत; तेव्हा सर्वांविषयी एकत्र विचार करणे सोयीचे आहे. मजूरदार व इतर मागासलेला वर्ग यांच्या हिताचे संरक्षण करणे, या हिंदुस्थान देशातही जरुरीचे आहे. येथे सुशिक्षित व मागासलेले यांच्यातील प्रश्न अगदी अलीकडचा आहे. जातिभेदामुळे हिंदू समाजाचे अत्यंत नुकसान झाले आहे, असे माझे ठाम मत आहे.

ख्रिश्चन, मुसलमान, बुद्धधर्मीय वगैरे लोक आमच्या मागासलेल्या समाजाशी प्रेमळपणाने व सहानुभूतीने वागतात. त्यामुळे हे लोक

परधर्मीय असूनही आम्हास त्यांच्याविषयी जास्त आपलेपणा वाटतो. मजूरदारांचे इतर संबंध, भांडवलवाल्यांच्या इतर संबंधांशी विरोधी असल्यामुळे या मंडळीतील प्रतिनिधींकडून मजूरदार लोकांच्या हक्कांचे संरक्षण होत नव्हते, अशी स्थिती इंग्लंडात होती. तसलीच स्थिती येथेही आहे. पुढारलेल्या वर्गाकडून मागासलेल्यांच्या हितसंबंधांचेही रक्षण होणे शक्य नाही. याकरिता जातवार किंवा वर्गवार मतदासंघातर्फे त्यांच्यातील प्रतिनिधी निवडून आले पाहिजेत, अशा विशेष योजना केल्या पाहिजेत, असे माझे पूर्वीपासून मत आहे. त्याप्रमाणे शक्तीनुसार मी खटपटही करीत असतो.

इंग्लंडात मजूरदारांनी आपल्या उन्नतीकरिता आपले संघ स्थापन करून स्वावलंबनाचे मार्ग स्वीकारले. त्याप्रमाणे आपण आपले सुव्यवस्थित संघ तयार केले पाहिजेत. आपल्या मुलाबाळांस शिक्षण देऊन, आपले आरोग्य वाढविण्याचे प्रयत्न करून आपली उन्नती आपणच करून घेतली पाहिजे. दुसरा आपल्याकरिता काही करील, अशी अपेक्षा करणे केव्हाही कमीपणाचे आहे, ही गोष्ट अहर्निश लक्षात ठेवा. परधर्मापासून आपल्या धर्मावर आलेले संकट आपल्याच लोकांच्या मदतीने छत्रपती शिवाजी महाराजांनी निवारण केले. आजही आमच्या धार्मिक कामात, आर्थिक व अशाच हक्कांवर आमच्या देशाच्याच पुराणमताभिमानी लोकांकडून संकट आले आहे. ते दूर करण्यास आपण सर्वांनी झगडले पाहिजे. हा झगडा पूर्वीसारखा तलवारीच्या साहाय्याने करावयाचा नाही. आता सर्वांस समदृष्टीने पाहणारे व दीनांची कळवळ बाळगणारे इंग्रजी छत्र आपणावर आहे. त्यामुळेच आम्हाला थोडेबहुत समजू लागून, आपण एकत्र जमलो आहोत.

आमच्या शिक्षणाला पूर्वी इतक्या अडचणी होत्या की, खुद्द सातारच्या महाराजांना मध्यरात्री शिक्षण घ्यावे लागत असे; मग इतरांची ती काय कथा! परंतु तो काळ आता उरलेला नाही. आम्हास लिहिणे-वाचणे शिकण्यास असलेला प्रतिबंध नाहीसा झाला आहे. याचे कारण आपणा सर्वांकडे समदृष्टीने पाहणारे इंग्रजांचे एकछत्री राज्य, हे होय. याकरिता आपण त्यांचे जितके आभार मानावे तितके थोडेच आहेत. मोफत व सक्तीचे शिक्षण लवकरच सुरू होईल, असे मला वाटत होते; परंतु मागासलेल्या जातींचे प्रतिनिधी कौन्सिलात असल्याशिवाय या प्रश्नाची

उठावणी लवकर होईल, असे दिसत नाही. याजकरिता शांततेच्या मार्गांनी आपण आपला उद्दिष्टहेतू साध्य केला पाहिजे. ऐक्य, परस्पर प्रेम, विश्वास व चिकाटी न सोडता अव्याहत प्रयत्न, हीच आमची या झगड्यातील शस्त्रे आहेत.

मागासलेल्या लोकांच्या उन्नतीकरिता माझे कैलासवासी मित्र न्या. रानडे व गोपाळराव गोखले यांनी पुष्कळ श्रम केले. मागासलेल्या लोकांत विद्येचा प्रसार होण्याकरिता विशेष प्रयत्न केले पाहिजेत, ही मूळ कल्पना रानडे-गोखले यांच्यापासून मला आली. आजच्या काळीदेखील ना. सर शंकरन नायर, ना. सर इब्राहिम रहिमतुल्ला, ना. पटेल, म. गांधी, मद्रासचे डॉ. नायर, रा.ब.त्यागराज चेट्टी व या इलाख्यातील माझे मित्र रा. कोठारी, व्होरा, लठ्ठे, मुकुंदराव पाटील तसेच येथील काही निवडक मंडळी (ज्यांची नावे सांगण्याची आवश्यकता नाही.) या दिशेने प्रयत्न करीत आहेत. परंतु अशांची संख्या फारच थोडी आहे. म्हणून आमच्यातील तरुण मंडळींनी स्वार्थत्यागपूर्वक समाजकार्यास वाहून घेऊन आपल्या ज्ञातिबांधवांची उन्नती करावी, असे माझे त्यांना आग्रहपूर्वक सांगणे आहे.

इंग्रज लोक कसे दिलदार आहेत, त्यांना रयतेच्या कल्याणाची व उन्नतीची किती कळवळ आहे, याचे उत्कृष्ट उदाहरण म्हणजे आमचे गव्हर्नरसाहेब व त्यांच्या पत्नी, ही होत. त्याचप्रमाणे सर वुइलियम वेडरबर्न, ह्यूम, सर जॉर्ज बर्डवूड वगैरे लोक आमच्या देशाकरिता कसे झटले, हे मी आपणास सांगितले पाहिजे असे नव्हे. हल्ली माझे परम मित्र व्हॅलेंटाईन चिरोल व लॉर्ड सिडनहॅम हे आपल्या मागासलेल्या वर्गाच्या हिताकरिता निरपेक्ष बुद्धीने प्रयत्न करीत आहेत. अशा प्रकारचे उदार मनाचे लोक आपणास सदा लाभल्यास आपली उन्नती झपाट्याने होईल, त्यात संदेह नाही. यासाठी लॉर्ड विलिंग्डन यांची कारकीर्द आपणावर आणखी पाच वर्षे असावी अशी जी आपली मागणी आह, ती अगदी रास्त आहे. आपल्या आजपर्यंतच्या मागासलेल्या वर्गास आता वाचा फुटली आहे. आपण आपली गाऱ्हाणी आता सांगू लागलो आहोत. इंग्रज लोक हे बहुमताचे मोठे चाहते आहेत. नवीन येणाऱ्या गव्हर्नर साहेबास मुंबई व मद्राससारखेच, पण येथे राहून लोकप्रिय झालेल्या गव्हर्नरना येथेच राहू देणे हिताचे आहे, म्हणून आपली एवढ्या समाजाची मागणी आपले सरकार शक्य तितकी मान्य करील, अशी मला उमेद आहे.

हिंदुस्थानची राजनिष्ठा अढळ आहे, असे या लढाईने सर्व जगास स्पष्ट कळविले आहे. या प्रसंगी आपल्या देशातील मागासलेल्या लोकांकडूनच सरकारास फार उत्तम प्रकारची मदत झाली आहे. त्यांनी रणांगणावर शौर्य गाजवून आपले क्षात्रतेज जगाच्या निदर्शनास आणून दिले आहे. असे असता, भावी राज्य सुधारणेत अशा लोकांचे हक्क राखून ठेवण्याची तजवीज करण्यात आलेली नाही, ही खेदाची गोष्ट आहे. महायुद्धात ज्यांनी आपल्या बादशहाकरिता प्राणांचीही आहुती दिली, त्यांच्या ज्ञातिबांधवांस सरकारने विसरू नये, एवढेच आमचे म्हणणे आहे. आता लढाई बहुतेक संपल्यासारखी आहे. ईश्वराने सत्पक्षास यश दिले असून, जुलमी राजसत्तेचा नायनाट होण्याची वेळ जवळ आली आहे. बेल्जम, सर्व्हिया वगैरे लहान राष्ट्रांवरील जुलूम, जबरदस्ती नाहीशी करण्यास ज्याप्रमाणे इंग्रज सरकारने कंबर बांधली, त्याप्रमाणे त्यांना मागासलेल्यांच्या उन्नतीकरिताही काम करावयाचे आहे. त्यासाठी पुढारलेल्यांच्या मनाविरुद्ध बऱ्याच गोष्टी त्यांना कराव्याही लागतील. जातवार प्रतिनिधित्वाच्या तत्त्वासाठी माझे मित्र व या कामातील मार्गदर्शक लॉर्ड सिडनहॅमसारखे आपल्या सर्वांच्या पूर्ण परिचयाचे थोर व वजनदार गृहस्थ विलायतेस खटपट करीत आहेत. त्यांच्या या प्रयत्नास यश येईल याची मला उमेद आहे. मात्र आपण या बाबतीत आपले कर्तव्य म्हणून शक्य तितक्या जोराचे प्रयत्न सुरू ठेविले पाहिजेत.

शेवटी बेल्जम व सर्व्हिया यांचेच उदाहरण मी आपणापुढे ठेवितो. जर्मनी, ऑस्ट्रिया यासारखी प्रबल राष्ट्रे चालून आली असताही व त्यांच्यापुढे आपला निभाव लागणार नाही अशी खात्री असताही त्यांनी हिमतीने युद्ध सुरू केले व नावाजण्यासारखे पराक्रम करून आपली योग्यताही जगास दाखविली. विपत्तीकाळी धीर सोडला नाही. यामुळे त्यास आता यश येत आहे. तसेच आपणही आपल्या हक्कांकरिता झगडत राहिले पाहिजे. ईश्वर सत्पक्षास यश देईल, अशी खात्री बाळगा. आपल्या मागासलेल्या वर्गाकरिता कळकळ बाळगणारे लॉर्ड विलिंग्डन साहेब यांची सुखद कारकीर्द आणखी पाच वर्षे आम्हास लाभो, ती मिळविण्याकरिता आपण जे प्रयत्न करीत आहोत त्या यत्नाला यश मिळो, अशी माझी परमेश्वराजवळ प्रार्थना.

इंग्लंडप्रमाणे मजुरांचे संघ झाले पाहिजेत!

महायुद्धात दोस्तराष्ट्रांचा विजय झाल्याबद्दल आनंद प्रदर्शित करण्यासाठी मुंबईतील कामगारांची जाहीर सभा भरली होती– (२४ नोव्हेंबर १९१८). याच सभेत राजर्षी शाहू महाराजांच्या उपदेशानुसार कामगार लोकांनी स्थापन केलेल्या 'पीपल्स युनियन' या संघटनेचे उद्घाटन झाले. या सभेच्या अध्यक्षस्थानावरून बोलताना महाराजांनी 'येथे इंग्लंडप्रमाणे मजुरांचे संघ झाले पाहिजेत व सर्वांस आपले हक्क काय आहेत ते कळले पाहिजे,' असे उद्गार काढले आहेत. मजुरांमध्ये स्वाभिमान व अस्मिता जागृत करण्यासाठी त्यांनी "मी कोल्हापूरच्या राजपदावर असतानाही शिपाई, शेतकरी किंवा मजूर म्हणून घेण्यात मला अभिमान वाटतो," असेही म्हटले आहे!

माझे देश व ज्ञातिबांधव हो,

गेल्या १० नोव्हेंबर रोजी, परळ येथे भरलेल्या प्रचंड सभेत मी आपणा सर्वांच्या मनात घोळत असलेलेच विचार बोलून दाखविले. पाश्चात्त्य देशांत मजूरदार वगैरे लोकांचे संघ आहेत, तसे संघ आपणही करावे व एकजुटीने आपली उन्नती करून घ्यावी, असे आपणांस सांगितले. त्याप्रमाणे 'People's Union' म्हणजे 'लोकसंघ' या नावाची संस्था आपण काढली, हे फार चांगले केले.

इंग्लंडात भांडवलदार व मजूरदार असे दोन प्रबल पक्ष आहेत. त्यांचे हितसंबंध परस्परविरोधी आहेत, अशी आजपर्यंतची समजूत आहे. वास्तविक पाहता, ज्यानेत्याने आपले वाजवी हक्क तेवढेच सांभाळले व दुसऱ्यांच्या वाजवी हक्कांस विरोध केला नाही; म्हणजे

तंट्यास जागा राहत नाही. तशी बुद्धी वरिष्ठ लोकांस होईल, दाबून टाकलेल्यांना मान वर करण्यास संधी मिळेल, तो सुदिन होय! हा सुदिन लवकरच उगवेल अशी आशा वाटत आहे. हिंदुस्थानातही ब्राह्मण व ब्राह्मणेतर असे पक्ष पडले आहेत. त्यांच्यातील विरोध दिवसेंदिवस स्पष्ट होत आहे. ब्राह्मणेतर वर्ग बहुतांशी अज्ञानात गढला असल्याने त्याची अवनती झाली आहे. त्यास गुलामाची स्थिती आली आहे. त्याच्या श्रमांवर शारीरिक कष्ट न करणारे लोक पोसले जात आहेत व त्यास कधी कधी चिथावून ते भलत्या मार्गासही लावतात. अशा स्थितीतच पश्चिम दिशेकडील भांडवलवाल्या सत्तेचे तत्त्व इकडील कारखान्यांत शिरल्याने गरीब मजुरांची स्थिती जास्तच कष्टमय झाली आहे. ही स्थिती सुधारण्यास संघटित प्रयत्न जोराने स्वार्थत्यागपूर्वक केले पाहिजेत. आपण तसे करीत आहात, ही अभिनंदनीय गोष्ट आहे.

ब्राह्मणसभा, शंकरवाडी, 'मीमांसा विद्यालय' वगैरे आपल्याकरिताच स्वतंत्र संस्था ब्राह्मणांनीच काढून इतरांस वगळले आहे. अशा रीतीने त्यांनी फुटीचा पाया घातला आहे. वास्तविक पाहता, सर्वांशी एकोप्याने वागून एकीचे व प्रेमाचे उदाहरण सुशिक्षित आणि समंजस वर्गाने घालून दिले पाहिजे. पण ते तसे करीत नाहीत. हे काम आर्यसमाजाने हाती घेतले आहे. आर्यसमाजाचा मशहूर नरवीर सर प्रतापसिंह महाराज यांचा मी अनुयायी आहे. त्या मताच्या ग्रंथांचे वाचनही मी बरेच केले आहे. आर्यसमाजाची मते दयानंद सरस्वतींचीच आहेत, असे नाही. वेदातील अनादी तत्त्वे स्वामी दयानंद, नित्यानंद, माझे मित्र पंडित आत्माराम व स्वामी परमानंद वगैरे प्रज्वलित करीत आहेत. धर्मोपदेशकांची व उपाध्यायांची जात बनवून जी नवीन नवीन तत्त्वे धर्मात घुसडली आहेत, त्यांचा नायनाट करण्याकरिता या साधुपुरुषांचे प्रयत्न चालू आहेत. त्याबद्दल त्यांचे जितके आभार मानावे तितके थोडेच !

मी आर्यसमाज मताचा कसा झालो, हे थोडक्यात सांगतो. क्षत्रियकुलावतंस महाप्रतापी महाराज प्रतापसिंह हे युद्धाच्या आरंभापासून फ्रान्समध्ये लढत आहेत. ते व मी एका स्टीमरने राज्यारोहण समारंभाकरिता विलायतेस गेलो, तेव्हा त्यांनी मला ही मते समजावून दिली. त्यानंतर बऱ्याच वर्षांनी पंडित आत्माराम यांची गाठ पडली. तेव्हापासून मी अलीकडे या समाजाचा झालो. हल्लीचे कुचबिहारचे महाराज ब्रह्मसमाजिष्ट

आहेत. आर्यसमाज, ब्रह्मसमाज, प्रार्थनासमाज हे का उत्पन्न झाले याचे थोडक्यात उत्तर- धर्मोपदेशक बनलेल्या जातीचे जुलमी जू झुगारून देण्याकरिता, हे आहे. आपले संघ बनवून भांडवलवाल्यांचा जुलूम नाहीसा करणे जितके महत्त्वाचे आहे, त्यापेक्षाही हे बनावटी धार्मिक जू काढून टाकणे जास्त जरुरीचे आहे. याकरिताच मी आर्यसमाजास चाहतो. पण बनावटी धर्मवाले आर्यसमाजाला विरोध करतात. लॉर्ड किचनेर, लॉर्ड फ्रेंच वगैरे योद्धे आर्यसमाज मताने आर्यक्षत्रिय आहेत. त्यांस आर्यधर्मी होता येईल. याप्रमाणे आर्यसमाज हा आम्ही व इंग्रज राष्ट्र यास ऐक्याने जोडणारी साखळी आहे. याचे मोठे उदाहरण महाराज प्रतापसिंह हे होत.

बरे असो. ब्राह्मण व ब्राह्मणेतर यांमधील ही फूट लवकरच नाहीशी होईल व सर्वांचे ऐक्य होईल, अशी मला आशा आहे. परंतु जोपर्यंत त्यांच्या अशा स्वतंत्र संस्था चालू आहेत व त्यांत इतरांचा प्रवेश होत नाही, तोपर्यंत आपणही आपली संस्था निराळीच चालविणे भाग आहे. याकरिता ब्राह्मणेतर लोकच आपल्या संघात घ्यावयाचे, असा आपला नियम चालू स्थितीत गैर म्हणता येत नाही. आमच्याकडे आहे त्या प्रकारचा जातिभेद दुनियेत कोठेही सापडावयाचा नाही. कोणत्याही देशात उपाध्यायांची स्वतंत्र जात नाही. आमच्याकडेही वेदकाली ती नव्हती, पण अलीकडेच ती उत्पन्न झाली आहे. त्या योगाने पुढारलेल्या थोड्या लोकांच्या हाती सर्व सत्ता जाऊन त्यांची एक 'ऑलिगार्की'च झाली आहे. त्यामुळे बहुजन समाजाला शक्य तितकी मदत होत नसून त्यांच्या हिताकडे व सुधारणांकडे दुर्लक्ष होत आहे. याकरिता आपल्या स्वावलंबनाचा मार्ग योग्य आहे. अशा या आपल्या संघामार्फत बोलावलेल्या संस्थेचे अध्यक्षस्थान स्वीकारण्यास मला फार आनंद वाटत आहे.

महायुद्धाचा शेवट झाला, दोस्तराष्ट्रांस पूर्ण यश मिळाले; याबद्दल आनंद प्रदर्शनार्थ आजची सभा भरविली आहे. या लढाई संबंधाचे चार शब्द सांगणे प्रसंगास अनुसरून आहे...

या युद्धात हिंदुस्थान देशाने मोठी कामगिरी बजाविली आहे. त्याने सर्व तऱ्हेने साम्राज्य सरकारास मदत केली. समरांगणावर लढून शूरांनी आपले आणि आपल्या देशाचे नाव राखिले. आमच्या मराठे वीरांनीही थोर थोर पराक्रम केले. क्षत्रियांचा मुख्य धर्म लढण्याचा आहे. त्या

कामी देश, परदेश, अमक्याच्या हातचे खावे, तमक्याच्या हातचे खाऊ नये, अमुक खावे, अमुक खाऊ नये, अशा प्रकारचे धर्माच्या नावाखाली लोकांवर घातलेले मूर्खपणाचे निर्बंध याचा विचारदेखील करण्याची जरुरी नाही, असे जाणून त्याप्रमाणे त्यांनी वर्तन केले आहे. अशा रीतीने आपल्या खऱ्या धर्मास जागणारे वीरच आमच्यापेक्षा धर्मपालनाच्या कामात पुढे आहेत व त्याकरिता तेच जास्त शुद्ध आहेत, हे लक्षात ठेवा. हे आमचे बंधू परत येतील, तेव्हा त्यांचा उत्तम आदरसत्कार करून आपण पवित्र होऊ या. धर्मरक्षणाच्या सबबीवर त्यांना प्रायश्चित्त देण्याचा किंवा ब्राह्मणांच्या अशुद्ध पायांचे तीर्थ या पवित्र लोकांस पाजण्याचा विचारदेखील आमच्या मनास शिवता कामा नये. मेसापोटेमियाच्या रणांगणावर, खरे क्षत्रिय पण शूद्र मानलेल्या लाखो लोकांनी केलेल्या पराक्रमाची वर्णने वाचून युद्धपराङ्मुख अशा पुढारलेल्या ब्राह्मण-वैश्यादिकांना लाज वाटली पाहिजे. त्यांचे अनुकरण करून लढाईस न जाता नाना तऱ्हेच्या सबबी लावून लोकांत गैरसमज व सरकारास अडचणी उत्पन्न करणाऱ्या लोकांस काय नाव द्यावे, हे कळत नाही. आपल्या देशासाठी आणि राजासाठी आमच्या खऱ्या क्षत्रिय व मानलेल्या शूद्र शिपायांनी मोठे शूरत्व गाजविले. त्याबद्दल त्यांचे अभिनंदन केले पाहिजे. क्षत्रिय कुलात जन्म घेतल्याने जे क्षत्रिय होतात, त्यापेक्षा या रणगाजींची योग्यता मोठी असल्याने, मी आपणा सर्वांतर्फे त्यांस धन्यवाद देतो. त्यांना व त्यांच्या जातीच्या लोकांना कौन्सिलात जातवार प्रतिनिधी निवडून देण्याचा हक्क मिळू नये, असा स्वार्थी प्रयत्न करणाऱ्या पुढारलेल्या वर्गाची मला फार कीव येते. आपमतलबी लोकांना दुसऱ्याचे न्याय्य हक्क देणे बरे वाटत नसले, तरी ईश्वराच्या व ईश्वरी अंशभूत जॉर्ज बादशहाच्या दरबारी हे मान्य नाही. माझी तशी पूर्ण खात्री आहे. पुढारलेल्या ऑलिगार्कीच्या जुलमी अमलातून बहुसंख्याक क्षत्रिय व शूद्रांस सोडवून, त्यांना त्यांचे योग्य अधिकार देऊन, त्यांच्या अंगच्या गुणांचे चीज ते करतील, असा मला भरवसा आहे. देशाकरिता व राजाकरिता प्राणांची पर्वा न करणारेच राजकीय हक्कांसाठी खरोखर लायक आहेत.

सर्व ठिकाणी डिमोक्रॅटिक मतांचा फैलाव जोराने होत असता, आमच्या क्षत्रिय व शूद्रांनी पूर्वीसारखीच धार्मिक जुलमाखाली मान

वाकवावी हे शक्य नाही. माझे प्रिय मित्र व्होरा व कोठारी आणि येथील आपले पुढारी यांचे आपण ऐकल्यास आपले हितच होईल. व्होरा व कोठारी यांनी आपल्या कल्याणाकरिता पुष्कळ नुकसान सोसून दोन वर्तमानपत्रे चालविली आहेत. त्यांस आपण आश्रय देऊन त्यांतील सुबोध घेतला पाहिजे. फार पुरातन कालापासून आमच्या डोकीवर 'ऑलिगार्की'चा बसलेला बोजा ढकलून देण्याच्या कामी आम्हांस माझे प्रिय गुरू लॉर्ड सिडनहॅमसाहेब व त्यांचे अनुयायी मदत करीत आहेत. ते त्यांचे प्रयत्न सफल झाले नाहीत, तर युद्धात आम्ही केलेल्या पराक्रमाचा आम्हांस उपयोग न होता 'ऑलिगार्की'च्या जुलमाखाली आम्ही चिरडून जाऊ. हे जू आमच्या मानेवर आहे, तोपर्यंत आमची सुधारणा आम्हास करता येणार नाही.

सध्याची लढाई जर्मनीने आपली राजकीय सत्ता वाढविण्याकरिता सुरू केली. तिचा शेवट त्या राजसत्तेचा नाश होऊन प्रजासत्ता वाढविण्यात झाला आहे. अशा प्रकारची पण बिनरक्ताची लढाई आमच्या समाजात चालली आहे. सर्व जातींवर आपले धार्मिक व सामाजिक प्रभुत्व चालावे, याकरिता राजकीय हक्कही आपल्याच पदरी पडावेत, या हेतूने प्रेरित झालेली एक 'ब्युरॉक्रसी' आहे. तिच्या सत्तेपासून मुक्त व्हावे व सर्वांस माणुसकीचे हक्क मिळावेत, असे मागणारा अज्ञानात पडलेला बहुजन समाज आहे. या समाजाच्या उन्नतीकरिता पुष्कळ महात्मे यत्न करीत आहेत. आर्यसमाज, ब्रह्मसमाज, सत्यशोधक समाज वगैरे संस्था लोकांत समानतेचे तत्त्व पसरवीत आहेत. सर्व माणसे एकाच ईश्वराची लेकरे असल्यामुळे त्यांच्यामध्ये जन्मतःच उच्चनीच भाव आहेत, असे मानणे पाप आहे, वगैरे उपदेश करून ते बहुजन समाजास त्यांच्या हक्कांची जाणीव करून देत आहेत. अशा प्रकारची झटापट प्रत्येक देशात झाली आहे, होत आहे; येथेही ती नवीन नाही. अशा रीतीने झगडा चालविणे हे राष्ट्राच्या जिवंतपणाचे एक चिन्हच आहे. या लढाईत आपली शस्त्रे काय असावीत, हे मांगील खेपेस सांगितलेच आहे.

ऐक्य, परस्पर प्रेम, विश्वास व चिकाटीने सतत प्रयत्न, ही आमची शस्त्रे असली पाहिजेत. पाश्चात्त्य देशांत भांडवलवाले व मजूर या पक्षांचे भांडण चालले आहे, असे मी पूर्वीच सांगितले आहे. मजूर पक्षाच्या हाती राज्यकारभार बहुतांशी जाणे, असा परिणाम या युद्धाचा झाला

आहे. रशिया व जर्मनी ही निरंकुश राजसत्तेची दोन मोठी पीठे होती. त्या ठिकाणी आता मजूर पक्षाच्या नेतृत्वाखाली प्रजासत्ताक राज्ये स्थापन होत आहेत. इंग्लंडातही मजूर पक्षाचा जोर आस्तेआस्ते वाढत आहे. हॉलंड वगैरे तटस्थ राष्ट्रांवरही या लाटेचा परिणाम झाल्याशिवाय राहत नाही. वयात आलेल्या प्रत्येक माणसास मत देण्याचा अधिकार मिळाला याचा अर्थ, बहुजन समाजाच्या मताप्रमाणेच कारभार चालणार, अल्पसंख्याकांची सत्ता कमी होणारच; ते अटळ आहे. आपणासही तसेच अधिकार मिळविले पाहिजेत. त्याकरिता स्वार्थत्यागपूर्वक सतत नेटाने प्रयत्न केले पाहिजेत.

आपण अडाणी व अशिक्षित आहोत. आपणाला सुव्यवस्थित रीतीने काम करण्याची सवय लागणे जरूर आहे. त्यासाठी आपल्या पहिल्या शाळा म्हणजे चाळीचाळींतील किंवा कारखान्यांतील सहकारी पतपेढ्या होण्यास योग्य आहेत. त्या दिशेनेही आपण प्रयत्न करावेत. आपणांपैकी बरेच लोक गिरणीत कापड विणण्याचे काम करतात. आपल्याच धंद्यातील लोकांनी सुमारे ६० वर्षांपूर्वी राचडेल येथे सहकारी हुडकून काढून दुकान सुरू केले. त्याचा परिणाम इंग्लंडच्या व जगाच्या प्रगतीवर झालेला आहे हे आपण विसरता कामा नये. अशा सर्वोपयोगी तत्त्वांचा अवलंब करून आपण त्याची वाढ केली म्हणजे आपणांस हक्क मिळविण्यास सामर्थ्य येणार आहे.

येथे इंग्लंडप्रमाणे मजुरांचे संघ झाले पाहिजेत व सर्वांस आपले हक्क काय आहेत, ते कळले पाहिजे. भांडवलवाल्यांत ब्राह्मण व वैश्य वृत्तीच्या लोकांचा भरणा विशेष आहे. त्यांना दाबात ठेवल्याशिवाय मजुरांची उन्नती होणे कठीण आहे. मजूरदार या शब्दात कमीपणा नाही. मी कोल्हापूरच्या राजपदावर असताही शिपाई, शेतकरी किंवा मजूर म्हणवून घेण्यात मला अभिमान वाटतो. माझी जनक आई मुधोळकर घोरपडे घराण्यातील, दत्तक आई शिर्के घराण्यातील. दत्तक वडील भोसले कुळातील; असे शेतकरी वर्गातीलच होते. हलक्या दर्जाचे व अशिक्षित लोकांशी सहवास ठेवणे बरे नाही, अशी पुष्कळांची समजूत आहे. मलाही तसा उपदेश होत असे. परंतु ज्या शेतकरी व मजूर वर्गांत माझे कूळ वाढले, त्यांच्याविषयी प्रेम व अगत्य हे जन्मसिद्ध असल्याने अशा शिकवण्याचा माझ्यावर परिणाम होणार नाही. कारण माझ्या

हाडीमासी शिपाईगिरी, शेतकरी यांचे रक्त खेळत आहे. म्हणून मला आपल्यात मिसळण्यास आनंद वाटतो. एका थोर इंग्रज साधू पुरुषाने म्हटले आहे की, 'राजवाड्यापेक्षा गरिबांच्या झोपडीत सद्गुण जास्त सापडतात.' माझाही अनुभव तसाच आहे. इमानीपणा, बंधुप्रेम, देशप्रीती, राजनिष्ठा, मत्सराचा अभाव असे अनेक सद्गुण मला आपल्या ठायी दिसतात. म्हणून आपल्याविषयी माझ्या मनात फार पूज्यबुद्धी आहे. आपणही मला आपणापैकीच एक समजावे, असे आपणाकडे माझे मागणे आहे.

अशा प्रकारे या युद्धापासून आम्ही व आमचे हक्क बळकाविणाऱ्या लोकांनी बोध घेण्यासारखा आहे. या युद्धात मित्र संघास पूर्ण यश मिळाले, याबद्दल आपण ईश्वराचे आभार मानून आमच्या सार्वभौम सरकारचे अभिनंदन करू या.

आर्यधर्म समता व राष्ट्रैक्य वाढवील!

गुजरातमध्ये नवसारीत दि. १४ डिसेंबर १९१८ रोजी आर्य समाजाचे ११ वे अधिवेशन भरले होते. या अधिवेशनाचे अध्यक्ष म्हणून राजर्षी शाहू महाराजांनी केलेले हे भाषण. प्रस्तुत भाषणात महाराजांनी सध्याच्या ब्राह्मण वर्गाचे अधःपतन कसे झाले आहे, हे सांगून ब्राह्मणांनी आपल्या बनावटी धर्माने ब्राह्मणेतरांना कोणत्या हीन अवस्थेत आणून ठेवले आहे, याचे चित्र रंगविले आहे. या अवस्थेतून बहुजन समाजास वर काढण्याचे प्रयत्न स्वामी दयानंद बाबू केशवचंद्र सेन व महात्मा जोतिराव फुले यांनी कोणत्या परिस्थितीत कसे केले, याची चर्चा करून महाराज ब्राह्मणेतरांना वेदाचा अधिकार देऊन सर्वत्र समता स्थापू पाहणाऱ्या आर्य धर्माचा गौरव करतात. त्यांच्या मते, आर्य धर्माच्या प्रसारामुळे भिन्न भिन्न जाती, ग्रंथ व धर्म यांमध्ये एकोपा निर्माण होऊन भारतात राष्ट्रैक्याची भावना वाढीस लागणार आहे. महायुद्धानंतर सर्व जग आता एक होण्याच्या मार्गावर असता, आमची नजर एकराष्ट्रीयत्वाच्या भावनेनेही कुंठित होता कामा नये, असा 'वसुधैव कुटुम्बकम्' चा थोर मानवतावादी विचारही महाराज या ठिकाणी मांडतात !

माझे आर्य बंधू हो!

आपल्या आर्य धर्म परिषदेच्या अकराव्या अधिवेशनाच्या आजच्या बैठकीचे अध्यक्षस्थान स्वीकारण्यास आपण मला बोलाविले व प्रास्ताविक भाषण करण्याचा मान मला दिला, याबद्दल मी आपला आभारी आहे. आर्यसमाजाचे काम माझ्या हातून विशेषसे झाले नसताही माझ्या

अल्पशा कामाचे आपण अशा रीतीने कौतुक केल्याने, माझा उत्साह दुप्पट झाला आहे. यापुढे हे काम माझ्या हातून जास्त प्रमाणावर होईल अशी मला उमेद आहे. आज अध्यक्ष होऊन आर्य समाजाची सार्वजनिक रीतीने सेवा करण्याची आपण जी संधी मला दिली आहे, त्याबद्दल मी आपणास धन्यवाद देतो व ही सेवा गोड करून घ्यावी, अशी विनंती करतो. तसेच विश्वव्यापी महायुद्धाचा शेवट होऊन आमच्या साम्राज्य सरकारास पूर्ण यश प्राप्त झाले, या प्रकारे न्यायाची बाजू यशस्वी झाली व आर्यभूवर येणारे संकट टळले; याबद्दल आपण जगदीश्वरास कोटी धन्यवाद देऊ या.

आमचा आर्यधर्म ज्या तत्त्वांच्या पायावर उभारला आहे, तीच समतेची तत्त्वे या युद्धाने राजकीय बाबतीतही सर्वमान्य झाली आहेत. याविषयी जास्त उल्लेख मी पुढे करीन. महर्षी दयानंद व त्यांचे गुरू स्वामी वीरजानंद यांनी जी ज्ञानज्योती या आर्यभूमीत पाजळली, तिच्याविषयी विचार केला असता, या कामी ईशसंकेत स्पष्ट होत आहे. त्या वेळची या देशातील धर्मस्थिती फारच बिघडून गेलेली होती. वेद प्रतिपादित खऱ्या आर्य धर्मावर अनेक पुटे चढल्याकारणाने त्याचे शुद्ध स्वरूप दिसेनासे झाले. ऋषीप्रणीत ग्रंथांचा अभ्यास लबाडी व बनावटी भटजींच्या टीका, भाष्ये वगैरेंच्या आधाराने होऊ लागल्याने प्राचीन सिद्धान्त बरोबर समजेनात. मनुष्याच्या बुद्धीस नीचपणाप्रत नेणारी हलक्या प्रकारची मूर्तिपूजा फारच वाढली. ते पूजक आपणास पवित्र म्हणवून घेऊ लागले. ब्राह्मणत्व वास्तविक पाहता गुणकर्मावर अवलंबून असावयाचे, ते जातीवर येऊन बसले. तीर्थांचे काल्पनिक माहात्म्य वाढविण्यात आले. त्यामुळे तेथील नामधारी ब्राह्मणांस विपुल मिष्टान्न मिळू लागून द्रव्यप्राप्तीही फार होऊ लागल्याने त्यांच्यात आळस व दुर्व्यसने वाढून, त्यांना विद्या शिकण्याचे अगत्य वाटेनासे झाले. मनुष्य उपजल्यापासून तो मरेपर्यंत त्याच्याकडून निरनिराळ्या रूपाने पैसे मिळविण्याकरिता व्रते, दाने वगैरे विषयींचे ग्रंथ तयार केले गेले. इतकेच नव्हे, तर मेल्यावरही मृतास पोचविण्याकरिता श्राद्ध, महाळ, दान वगैरे मिळावे याकरिता 'गरुड पुराणा'सारखे 'गारुडी ग्रंथ' तयार झाले. याप्रमाणे अज्ञान्यांच्या पैशावर ब्राह्मण म्हणविणाऱ्यांची खूप चंगळ उडाल्याने ब्राह्मणातील विद्या नष्ट होत चालली. आपले व आपल्या

संततीचे व्यवस्थित चालले पाहिजे या बुद्धीने ब्राह्मणेतरांचीही विद्या त्यांच्याकडून बंद करण्यात आली.

पुढे फलज्योतिषशास्त्र वाढवून निरनिराळ्या ग्रहांची भीती घालून पैसे उपटण्याच्या युक्त्या निघाल्या. अमुक दिवस चांगला व अमुक वाईट, अमक्या दिवशी प्रवास करावा; लग्न, उपनयन वगैरे अमुकच मुहूर्तावर व्हावे, अशी थोतांडे काढून अनेक वेडगळ धर्मसमजुतींचा पगडा जनमानसावर बसविला गेला. 'उपाध्याय सांगेल ती पूर्वदिशा व भट सांगेल ती अमावस्या' असे झाल्याने भट सांगेल तसे निमूटपणे वागणे हा आपला धर्म आहे व यानेच ईश्वर प्रसन्न होतो व आपले कल्याण होते, अशी ब्राह्मणेतरांची समजूत झाली व ते निव्वळ नंदीबैलाचे स्थितीस आले.

बहुजन समाजात खऱ्या ज्ञानाचा लोप झाल्याकारणाने देशाची मोठी हानी झाली आहे. वर्णव्यवस्था गुणकर्मामुळेच स्थापन झाली व ती गुणकर्मावरच अवलंबून पाहिजे. पण ब्राह्मणत्व जन्मावर आहे असे मानण्यात येऊ लागून ब्राह्मण ही जात उत्पन्न झाल्यावर इतर वर्णांचाही संबंध जन्मावर यावा यात नवल नाही. अशा रीतीने जातिभेद फार वाढला. मूळच्या चार वर्णांच्या आता कमीत कमी चार हजार तरी जाती होऊन समाज विस्कळीत झाला आहे. भेदापासून द्वेष उत्पन्न झाला व देशातील एकी नाहीशी झाली. याचा परिणाम केवळ धार्मिक अवनती होऊनच थांबला नाही. आर्यावर्तावर परकीय लोकांच्या स्वाऱ्या होऊ लागल्या व घरच्या फुटीमुळे बाहेरच्या शत्रूंना फार फावले. अशा कारणांनी परतंत्रतेचे जू देशाच्या मानेवर हळूहळू कायम बसले. विद्या कमी कमी होत गेल्याने व्यापार, कलाकौशल्य, उदीम, धंदा वगैरे सर्वांस अवनती आली. एकंदर देशाची फार दैना उडाली.

परकीय अमलापासून सुटण्याचा प्रयत्न रजपूत क्षत्रियांनी चांगलाच केला होता. पण जातिभेदांनी पोखरलेल्या समाजस्थितीत तो यशस्वी झाला नाही, यात नवल नाही. दुसरा मोठा आणि जास्त यशस्वी प्रयत्न मराठे लोकांनी केला. हे लोक सर्व देश जिंकतात की काय असे एक वेळ वाटू लागले; पण मराठ्यांची राजसत्ता हळूहळू पणा पूर्णपणे ब्राह्मणांच्या हाती गेल्याने ब्राह्मण-ब्राह्मणेतर हा भेद तीव्र होऊन मराठी राजसत्ता नाश पावली व सर्वांस समदृष्टीने न्याय देणारे, प्रजेस विद्या

देणे हे राजाचे पहिले कर्तव्य आहे, हे जाणणारे असे इंग्रजी राज्य उदय पावले.

इंग्रजी राज्य स्थापन झाल्यावर इकडे ख्रिस्ती मिशनरी बरेच आले व त्यांनी इंग्रजी विद्या देण्यास व आपल्या धर्ममतांच्या उपदेशास सुरुवात केली. त्याचप्रमाणे इंग्रज सरकारातूनही विद्या खाते स्थापन होऊन लोकांमध्ये नवीन विचारांच्या प्रसारास सुरुवात झाली. या काळी धर्मसुधारक असे तीन पुरुष प्रमुखत्वाने उदयास आले; ते महर्षी स्वामी दयानंद, बाबू केशवचंद्र सेन व जोतिराव गोविंदराव फुले हे होत. या तिघांत बऱ्याच बाबतीत ध्यानात ठेवण्यासारखे साम्य आहे. पण तिघांची मते व कार्यक्रम, त्यांच्या विद्येच्या व परिस्थितीच्या योगाने भिन्न झाली आहेत.

महर्षी दयानंद स्वामी हे आपल्या गुर्जर प्रांतातील आहेत, याबद्दल आपणांस अभिमान वाटणे साहजिकच आहे. त्यांचे विद्यासंपादन मुख्यत्वेकरून उत्तर हिंदुस्थानात झाले व स्वामी वीरजानंदही तिकडचेच. तेव्हा त्या प्रांतातील परिस्थितीचा परिणाम त्यांच्या कार्यक्रमावर होणे साहजिकच आहे.

बाबू केशवचंद्र हे बंगाल प्रांती उदयास आले. बंगाल प्रांती इंग्रजी अंमल सर्वांआधी सुरू झाल्याने, इंग्रजी विद्येचा प्रसार तिकडे जास्त झाला होता. यामुळे केशवचंद्र यांचे विचार पश्चिमेकडील 'युनिटेरियन चर्च' प्रमाणे (Uniterian Church) झाले, यात नवल नाही.

महाराष्ट्र देशातील जोतिराव फुले यांची परिस्थिती फारच निराळी होती. ते ब्राह्मणेतरांतीलच एक होते. त्यांना ब्राह्मणी मताने विद्या शिकण्याचादेखील अधिकार नव्हता. त्यामुळे त्यांना मिळालेले धर्मज्ञान बहुशः ख्रिस्ती लोकांनी लिहिलेल्या ग्रंथांवरून व ब्राह्मणेतरांवर आपल्या जोराचा अंमल चालावा म्हणून ब्राह्मणांनी लिहिलेल्या काल्पनिक पोथ्यांवरून मिळाले होते. पण ते शोधक व विचारी असल्याने ब्राह्मणी कावा त्यांनी पूर्णपणे ओळखला. स्वामी दयानंद यास वेदविद्या व संस्कृत ज्ञानभांडार खुले झाले होते. आर्यधर्मातील उच्च तत्त्वे त्यांना पूर्णपणे कळली होती. सर्व धर्मात आर्यधर्म कसा श्रेष्ठ आहे याची जाणीवही सर्व हिंदुस्थानात त्यांच्यापेक्षा जास्त कुणासही नव्हती; असे म्हटल्यास अतिशयोक्तीचा दोष मजकडे येईल असे मला वाटत नाही.

याप्रमाणे या तिघांची विद्या निरनिराळ्या प्रकारची होती. तशीच समाजस्थितीही भिन्न प्रकारची होती.

दक्षिण हिंदुस्थानसारखे उत्तर हिंदुस्थानातही ब्राह्मणत्व जन्मावर येऊन बसले आहे. पण तेथे ब्राह्मण, क्षत्रिय, वैश्य, शूद्र हे चारही वर्ण अस्तित्वात आहेत, असे मानण्यात येत असल्याने ब्राह्मणाखेरीज बऱ्याच इतर लोकांस वेदाध्ययनाचा व इतर विद्यासंपादनाचा अधिकार आहे असे समजण्यात येते. दक्षिणेत जर 'कलौ अद्यंतपो स्थिति' यावर जोर देऊन क्षत्रिय व वैश्यांचा पूर्ण अभाव असे प्रतिपादण्यात ब्राह्मण वर्गास मोठा आवेश येत असतो. त्यामुळे इकडील ब्राह्मणेतर वर्गात वेदविद्या तर बंद झालीच, पण त्या योगाने इतर विद्येचीही जवळजवळ बंदी झाली. अशा रीतीने दक्षिण हिंदुस्थानाच्या परिस्थितीत फार मोठा फरक पडला आहे. तिकडे ब्राह्मण वर्गाचे वर्चस्व मुख्यत्वे धार्मिक बाबतीत आहे. बाकीच्या बाबतीत इतर वर्णाचे लोक परतंत्र नाहीत. यामुळे समाजाचे पारडे समतोल आहे. दक्षिणेत ब्राह्मणेतरांची विद्या बंद झाल्याने सर्वच बाबतीत ब्राह्मणांच्या हाती श्रेष्ठपणा गेला आहे. धार्मिक, राजकीय, सामाजिक, शिक्षणविषयक वगैरे सर्वत्र प्राबल्य ब्राह्मणांचे, यामुळे इतर स्थिती फार परावलंबी व केविलवाणी झाली आहे. ही 'ब्युरॉक्रसी' मोडण्याकरिता पुष्कळ प्रयत्न झाले. पण जोपर्यंत ब्राह्मणांच्या धार्मिक वर्चस्वावर प्रत्यक्षपणे हल्ला होऊन ते नाहीसे होत नाही, तोपर्यंत ब्राह्मणेतरांची परावलंबी स्थिती दूर होणार नाही, हे मर्म जोतिराव फुले यांनी जाणून ब्राह्मणी सत्तेच्या अगदी मर्मस्थानी प्रहार करण्यास सुरुवात केली. जोतिराव यांच्या 'सत्यशोधक समाजा'चे मुख्य मत, ईश्वर व भक्त यांच्यामध्ये दलाल नको, हे आहे. याप्रमाणे ब्राह्मणी मध्यस्थांची जरूर न ठेवता प्रत्येकाने आपली धर्मकृत्ये स्वतः करावीत, असा उपदेश त्यांनी सुरू केला. बहुजन समाज ब्राह्मणी गुलामगिरीत व तज्जन्य अज्ञानात हजारो वर्षे वाढलेला असल्याने, सत्यशोधकांच्या कामात पुष्कळ अडथळा येत असतो. अर्थात सुधारकांस अडचणींशी टक्कर देणे भागच पडत असते.

वेदाचा अधिकार मनुष्यमात्रांस आहे, असे स्वामी दयानदजी यांनी प्रतिपादन केले व वेदविद्या उत्तर हिंदुस्थानात वाढविली. हजारो, लाखो लोक आर्य समाजास मिळून त्यांची गुरुकुले, पाठशाळा, कन्या महाविद्यालये, कॉलेज वगैरे शिक्षण संस्था स्थापन झाल्या. वेदांचा अधिकार सर्वांस

आहे असे प्रतिपादल्याने मनुष्यजातीचे समानत्व पटू लागले. समाजात एक प्रकारचे उच्च प्रतीचे जीवन येऊ लागले व त्यांचे वर्धन चांगल्या प्रकारे होऊ लागले. स्वामी दयानंद यांच्या मताचा प्रसार उत्तर हिंदुस्थानात झपाट्याने झाला. पण नर्मदेच्या दक्षिणेस त्यांनाही जास्त विरोध होऊ लागला.

याचे कारण, मी आताच वर्णिलेल्या 'ब्राह्मण ब्युरॉक्रसी'चे सामर्थ्य, हे आहे. पुणे मुक्कामी स्वामिजींचा मुक्काम असताना त्यांची सुविचार परिप्लुत भाषणे ऐकल्यावर आर्यसमाजी मत हे 'विष' आहे, हे 'ब्राह्मण ब्युरॉक्रसी'स कळून आले व स्वामिजींच्या मिरवणुकीस विरोध करण्याकरिता म्हणून गर्दभानंद सरस्वतींची मिरवणूक काढण्याची हलकट कृती त्यांच्या डोक्यातून निघाली. इकडे ब्राह्मण वर्ग मूर्तिपूजेत अगदी गढलेला. त्यांना त्याशिवाय दुसरे काय सुचणार? आपल्या समाजाचे यथार्थ चित्र अशी गर्दभाची मूर्तीच त्यांनी स्वामिजींच्या पुढे आणून सर्वांस आपल्या खऱ्या योग्यतेची व स्वरूपाची जाणीव करून दिली. त्या ठिकाणी गोड शब्द किंवा युक्तिवाद उपयोगी नाही, असेच 'ब्राह्मण ब्युरॉक्रसी'स वागविले पाहिजे, हे जोतिराव फुले व त्यांचे अनुयायी यांनी चांगले ओळखले होते. म्हणून त्यांनी जशास तसे अशा रीतीने ब्राह्मणाविरुद्ध उपदेशास सुरुवात केली. खऱ्या धर्मविद्येचा व धर्माचा प्रवेश या दक्षिण भूमीत व्हावयास पाहिजे असेल, तर सत्यशोधक समाजासारख्यांनी ही भूमी त्या कामास योग्य अशी तयार केली पाहिजे. अशा रीतीने जमिनीतील तण व खडक फोडून काढिले म्हणजे आर्य धर्माचे बीज चांगले रुजेल व वृद्धी पावून सर्वांस सुख होईल. ब्राह्मधर्म कोणताही एक ग्रंथ प्रमाण मानीत नाही. सर्व धर्मांत असलेला चांगुलपणा मधुकर वृत्तीने घेऊन त्या धर्माची तत्त्वे ठरविण्यात आली आहेत. पण अशी विवेकबुद्धी फार थोड्यांस असल्याने, ही मते फारच थोड्या लोकांस पटणार. यामुळे ब्राह्ममतांचा प्रसार मोठ्या प्रमाणावर होणे शक्य दिसत नाही.

आर्यसमाज वेदाच्या दृढ पायावर स्थापिलेला आहे. वेदाइतका जुना ग्रंथ कोणताही नाही. वेदाचे प्रमाणत्व या आर्यावर्तात बहुतेकांस कबूल आहे. वेदाविषयी पूज्यबुद्धी बहुतेकांच्या मनात आहे. वेदांचा अधिकार आपणास यावा असे पुष्कळांस वाटते व यामुळे हे मत फार लवकर प्रसार पावते. या आर्यावर्तात आर्यधर्माचा प्रसार जास्त जास्त प्रमाणावर

होत जाणार, यात संशय नाही.

हा आर्यावर्त देश पूर्वी कधीही एक राष्ट्र नव्हता; पण हल्ली एकच इंग्रजी राज्यछत्र सर्वांवर असल्या कारणाने राष्ट्रैक्याची भावना उत्पन्न होऊ लागली आहे. ती हळूहळू वाढतही जात आहे. ही कल्पना अशी वाढण्याच्या कामी आर्य समाजाची कामगिरी वाखाणण्यासारखी आहे. आर्य समाज हा या देशातील आर्य लोकांस, मग ते कोणत्याही जातींचे किंवा पंथांचे असोत, त्यास आपणात मिसळून घेतो. इतकेच नाही, तर जे आर्य वंशाचे नाहीत, अशा लोकांसही आपणात मिसळून घेऊन आर्यांचे सर्व अधिकार, बेटी-रोटी व्यवहारांसह त्यास देतो. मग युरोप खंडातील व अमेरिकेतील ट्युटानिक वंशाचे लोक, जे आर्य वंशाचेच आहेत असे सर्व विद्वान कबूल करितात, त्यास घेण्यास तर तो कधीही पाऊल मागे घेणार नाही. पूर्वी आर्य वंशाचे लोक सर्व उत्तर ध्रुवाच्या प्रदेशात एकत्र राहत असत. पुढे तो प्रदेश सोडावा लागल्यावर त्यांच्या टोळ्या पूर्वेकडे व पश्चिमेकडे गेल्या. त्यातील पश्चिम आर्यांच्या वंशातील आता युरोपियन बलाढ्य राष्ट्रे आहेत. पूर्वेकडे आलेल्या आर्यांचे आम्ही आर्यवर्तवासी वंशज आहोत; तेव्हा आम्हास युरोपियन व त्यांचेच वंशज अमेरिकन हे परके नाहीत. पश्चिमेकडील मोठमोठ्या वीरांनी, लॉर्ड किचनेर, जनरल फ्रेंच, मॉर्शल फॉक वगैरेंनी रणांगणावर लढून आपले क्षात्रतेज प्रत्ययास आणून दिले आहे. आपल्या मताने ते क्षत्रिय आहेतच व त्यांची इच्छा असल्यास आपण त्यास आर्य धर्माची दीक्षाही द्याल. हजारो वर्षे आम्ही व पश्चिमेकडील आर्य लोक निराळे राहिल्याने त्यांच्या व आमच्या आचारविचारांत फार फरक पडला आहे. परंतु काही मूलभूत तत्त्वे त्यांच्यात व आमच्यात एकच आहेत. जातिभेद ते मानीत नाहीत. आमच्याही खऱ्या धर्मास तो भेद मान्य नाही. फक्त बनावटी ब्राह्मणी हिंदू धर्म स्पर्शास्पर्शास महत्त्व देत असून, जातिमत्सर वाढवीत आहे खरा, पण आर्यधर्म संग्राहक आहे. याच्या योगाने भिन्नभिन्न जातींचा, पंथांचा व धर्मांचा एकोपा होण्यास मदत होणार आहे.

युरोपात, अमेरिकेत व जपानात समानतेचे तत्त्व प्रचारात असल्याने, एकाच कुटुंबात भाऊ-भाऊ, नवरा-बायको वगैरे भिन्न धर्माचे आढळतात. तसाच प्रकार नवरा आर्य समाजी तर बायको इतर धर्माची किंवा बायको आर्य समाजी तर नवरा इतर पंथाचा, असेही एका कुटुंबात सलोख्याने

सापडणे अशक्य नाही. कुटुंबातील भाऊ-भाऊ निराळ्या पंथाचे किंवा धर्माचे राहतील. प्रत्येकास आचार व विचारस्वातंत्र्य पाहिजे. आर्यसमाज ते देत आहे. ब्राह्मणी हिंदू धर्म तसे स्वातंत्र्य देत नाही, म्हणून त्यांच्यापासून फूट वाढत अस, आर्य धर्मापासून एकोपा वाढणार आहे. एकराष्ट्रीयत्वाच्या कामी याचा फार उपयोग आहे; पण आमची नजर नुसत्या एकराष्ट्रीयत्वानेच कुंठित होता कामा नये. नुकत्याच संपलेल्या महायुद्धात प्रत्येक राष्ट्र आपल्या देशाच्या प्रेमानेच लढाईत शिरले. पण आता सर्वांची एक 'सोसायटी ऑफ नेशन्स' स्थापन करण्याचे विचार तिकडील थोर मुत्सद्द्यांच्या मनात घोळत आहेत. तसेच सामर्थ्य आर्य धर्माच्याही अंगी आहे. सर्वत्र आर्य धर्माचा घोष करण्याची आकांक्षा आपण धरणे योग्य नाही.

आर्य धर्माचे हे महत्कार्य लक्षात आणूनच आमचे सिसोदेवंशीय उदेपूरचे महाराणा सज्जनसिंह व आमचे जोधपूरचे महाराज प्रतापसिंह यांनी या धर्ममतांच्या प्रचारार्थ चांगलीच खटपट केली आहे व ज्याला या देशाचे खरे कल्याण व्हावे असे वाटत असेल, त्याने आपणांकडून होईल तितकी मदत या कामी केली पाहिजे. बनावटी ब्राह्मणी धर्माला सनातन असे मोठे नाव देऊन त्याचे महत्त्व अज्ञानांच्या मनावर बसविण्याचा प्रयत्न वारंवार केलेला दिसून येतो. सनातन तत्त्वे म्हणजे वेदांनी प्रतिपादिलेली. ती फार चांगली आहेत. पण त्यास झाकून ठेवून धूर्त लोकांनी पुराणे व स्मृत्या यात फार घुसवाघुसव केली आहे. आपणास व आपल्या जातीच्या लोकांस खूप चैन करण्यास मिळावी, म्हणून पुराणांत व 'भारत' वगैरे ग्रंथांतही अनीतीस उत्तेजन देणाऱ्या गोष्टी लिहून ठेवल्या आहेत. अशा ग्रंथांस धर्मग्रंथ म्हणण्यास लाज वाटली पाहिजे. असले हे ग्रंथ अगर त्यातील वाईट भाग ऋषिप्रणीत खात्रीने नाहीत. इंग्रजी राज्यात आमचे डोळे उघडण्याने आम्हास आता हे अनिष्ट प्रकार दिसून येत आहेत. आता आम्ही याचा तीव्रपणे निषेध करणे जरूर आहे.

दक्षिण हिंदुस्थानची धार्मिक व सामाजिक स्थिती किती शोचनीय आहे, हे मी आपणास पूर्वीच सांगितले आहे. यातही जास्त फूट पाडण्यास ब्राह्मण म्हणविणारे कसा प्रयत्न करीत असतात याचे माझेच उदाहरण सांगतो : राजा असल्याने आपण विष्णूचा अंश आहात, म्हणून आपण क्षत्रिय आहात. आपल्या घरी आम्ही वेदोक्त कर्मे करण्यास तयार आहोत, असे धूर्त ब्राह्मण मला म्हणतात. या युक्तीने माझ्या ज्ञातिबंधूत व माझ्यात फूट

पाडण्याचा प्रयत्न त्यांनी केला. त्याचप्रमाणे मराठे लोकांतही निरनिराळे कारणे लावून अमुक श्रेष्ठ, अमुक कनिष्ठ असे सांगून ते फूट पाडीत असतात. यासाठी आर्य समाजाचे प्रयत्न याच प्रांतात विशेष झाले पाहिजेत. बनावटी धर्मगुरूंचा सुळसुळाट नासिक, पंढरपूर या क्षेत्रांतच असतो. तेव्हा त्या त्या ठिकाणी आपल्या शाळा, गुरुकुले, उपदेश मंदिरे झाली पाहिजेत व खऱ्या धर्माचे ज्ञान वाढविले पाहिजे. नामदार पटेल यांनी हिंदुस्थानच्या कायदे कौन्सिलात आणलेल्या बिलास पुष्टी देण्याचा ठराव आपल्या अधिवेशनात आपण आणणार आहात, हे फार चांगले आहे. जातिभेदामुळे रोटी-बेटी व्यवहारास फार अडचण येऊन समाजात फार फूट झाली आहे. राष्ट्रीय भावना वाढण्यास आपल्या समाजाचे कार्य किती उपयोगी आहे, हे मी आताच सांगितले आहे. ना. पटेल यांचे बिलही याच दिशेने उपयोगी आहे.

जातीजातींत विवाहसंबंध होऊ लागल्याशिवाय जातिभेदाची तीव्रता कमी होणार नाही. या बिलास विरोध करण्याच्या कामी प्रत्येक प्रांतातील ब्राह्मण वर्गच पुढे येत आहे. त्यात त्यांचा उद्देश स्पष्ट आहे. आपले बनावटी वर्चस्व नाहीसे होण्याची वेळ जितकी लांब टाकवेल तितकी टाकण्याची ही सारी धडपड आहे. बहुतेक सगळा ब्राह्मणेतर समाज या कामी या बिलास अनुकूल आहे. त्याप्रमाणे सभा भरून ठिकठिकाणी ठराव होत आहेत. ना. भूपेन्द्रनाथ बसू यांनी पूर्वी अशाच प्रकारचे बिल आणले होते. त्या वेळी धर्म बुडेल अशी ओरड या मतलबी लोकांनी केली होती. त्या बिलाच्या धर्तीवर लग्नासंबंधी कायदे इंदूर, बडोदा व कोल्हापूर या आर्यधर्मी राज्यात पास झाले आहेत. पण तेथे धर्म बुडाल्याचे चिन्ह काहीच दिसून येत नाही. धर्म म्हणजे भटाची दक्षिणा, असा अर्थ असल्यास तिला मात्र धोका आहे, हे स्पष्ट आहे. ही दक्षिणा सर्वस्वी बुडाल्यास देशाचे कल्याणच होईल.

माझे भाषण आपण शांतपणे ऐकून घेतले, माझा बहुमान केलात, त्याबद्दल आपले मी पुन्हा एकवार आभार मानतो. आर्य धर्माचे ज्ञान सर्वत्र प्रसार होऊन, त्या योगाने या देशाची चिरकाल टिकणारी उन्नती होवो व सर्व जगात शांती आणि आनंद फैलावो, अशी ईश्वराची प्रार्थना करून मी आपले भाषण संपवितो.

हा समय विद्येचा आहे!

दि. ११ एप्रिल, १९१९ रोजी उत्तर प्रदेशात कानपूर येथे
अखिल भारतीय कुरमी क्षत्रियांची १३ वी सामाजिक परिषद भरली
होती. त्या परिषदेच्या अध्यक्षपदावरून राजर्षी शाहू महाराजांनी
केलेले हे भाषण आहे. प्रस्तुत भाषणात महाराजांनी हिंदू समाजांतर्गत
वर्णजातिव्यवस्थेची समाजशास्त्रीय व ऐतिहासिक चिकित्सा केलेली
आहे. ब्रिटिशांनी निर्माण केलेली शांतता, इंग्रजी शिक्षण व महर्षी
दयानंदांसारख्यांनी केलेला धर्मोद्धार या तीन घटकांनी सध्याची
समाजजागृती घडून आली असून, सध्याचा समय हा विद्येचा व
तिच्याद्वारा आत्मोन्नती करून घेण्याचा समय आहे, असे त्यांनी
आवर्जून प्रतिपादले आहे. याच परिषदेत महाराजांना 'राजर्षी' पदवी
देऊन त्यांचा बहुमान करण्यात आला.

प्रिय क्षत्रिय बंधूहो,
मी तुमच्यापैकीच आहे. मला मजूर समजा अगर शेतकरी समजा,
माझे वाडवडील हाच धंदा करीत होते. जे काम माझे पूर्वज करीत होते,
तेच काम करणाऱ्या लोकांचा अध्यक्ष होण्याकरिता मला आज बोलाविले
आहे, याबद्दल मला अत्यानंद होत आहे.
मी काही ज्ञानी नाही अगर लायकही नाही. माझ्यापेक्षा हुशार लोक
पुष्कळ आहेत. माझ्या लायकीकडे लक्ष न देता मी केवळ शेतकरी व
महान पराक्रमी शिवाजी महाराज व त्यांच्या स्नुषा ताराबाई महाराणीसाहेब
यांच्या वंशातला आहे, म्हणून अध्यक्षाचा हा मोठा मान मला आपण
दिला आहे. ज्या वेळी आपली आज्ञा मला झाली, त्या वेळी मुंबईत मी

तापाने अतिशय आजारी होतो; परंतु आपल्या सर्वांच्या आशीर्वादाने मी लवकर बरा झालो. तथापि माझ्यापुढे डोंगरासारखी मोठी अशी एक अडचण आली. ती अडचण कोणती म्हणाल, तर हिंदीत भाषण करण्याची. तीन दिवसपर्यंत आगगाडीतच तिचा अभ्यास करून आपल्यापुढे भाषण करण्याचा मी निश्चय केला. माझी ही मातृभाषा नाही. शिवाय ही लिपीही मला अपरिचित असल्यामुळे आमचे परमपूज्य स्वामी परमानंदजी माझे भाषण वाचून दाखवितील. जे माझे नातलग आहेत व ज्यांना मी पित्यासमान व गुरूसमान लेखितो असे माझे परमपूज्य खासेराव जाधव हे येथपर्यंत आलेले पाहून मला दुप्पट आनंद होत आहे. आपली सेवा करण्यास मला शक्ती देण्याबद्दल मी परमेश्वराजवळ प्रार्थना करतो. पुढे आपली आज्ञा होईल तशी सेवा करण्यास मी तयार आहे.

मी आणखी एका मुद्द्यावर बोलणार आहे. या विषयावर बोलण्याचे हे स्थळ नव्हे. परंतु आपल्या सभोवती काय चालले आहे तिकडे डोळेझाक करून चालणार नाही. आजकाल जो बखेडा चाललेला आहे, तो मला बिलकूल पसंत नाही. इंग्रज सरकारने आम्हाला विद्यादान दिले नसते, तर हा झगडा कधीही चालला नसता. सरकारने विद्यारूपी दान आम्हाला द्यावे व त्याच्याऐवजी आम्ही सरकारला विष पाजावे, हे परस्पर विसंगत नव्हे का? ज्यांनी आम्हाला विद्यामृत पाजिले, ते आम्हाला पारतंत्र्यातून- त्या बेडीतून- खात्रीने मुक्त करतील; तुम्हाला जे काही पाहिजे आहे ते ज्याप्रमाणे मूल आई-बापाजवळ मागून घेते, त्याप्रमाणे, म्हणजे प्रेमाने व जोराने सरकारजवळ मागा. ते सरकार खात्रीने देईल. माझी पूर्ण खात्री आहे की, जसे प्रेमाने काम होते, तसे ते सक्तीने कधीही होत नसते...

भारतवर्षातील प्रत्येक प्रांतात उन्नतीची चिन्हे दृष्टीस पडू लागली आहेत, ही मोठी आनंदाची गोष्ट आहे. हिंदुस्थानच्या प्रत्येक प्रांतात दिवसानुदिवस जातिसभा व धार्मिक सभा अधिकाधिक होऊ लागल्या आहेत. सध्या जितक्या धार्मिक सभा अगर जातिसभा आहेत, त्याकडे मी अनुकूल दृष्टीने पाहत असून, त्यांची भरभराट व्हावी अशी माझी मनापासून इच्छा आहे. कारण त्यांच्याद्वारा शिक्षण, समाजसुधारणा, धर्मप्रसार वगैरे कितीतरी परोपकाराच्या गोष्टी झाल्या आहेत, होत आहेत. पुढेसुद्धा या सभांचे ध्येय असेच उच्च राहिल्यास पुष्कळ उन्नती

होईल, अशी मला आशा वाटत आहे. या जागृतीचे कारण काय, याचा विचार केल्यास आपल्यास तीन महत्त्वाची कारणे दिसून येतील : पहिले व सर्वांत श्रेष्ठ कारण म्हटले म्हणजे ब्रिटिश गव्हर्न्मेंटचे शांततेचे राज्य होय. दुसरे, इंग्रजी शिक्षण. तिसरे, धार्मिक आचार्यांचा धर्मप्रसार. भारतवर्षीयांनी लक्षात ठेविले पाहिजे की, या न्यायशील ब्रिटिश गव्हर्न्मेंटपासून झालेल्या उपकारांचे विस्मरण होऊ न देता, आपण सदैव राजनिष्ठ असले पाहिजे. त्याचप्रमाणे धार्मिक आचार्यांचेही उपकार विसरू नयेत. विशेषकरून ज्यांनी धार्मिक स्वराज्य देऊन प्रजेला धार्मिक दास्यापासून मुक्त केले आहे, त्या वैदिक धर्मोद्धारक महर्षी दयानंद सरस्वतींना विसरू नका.

इंग्रजी शिक्षणापासून भारतीयांना तिसरा डोळा आला आहे. हा केवढा मोठा फायदा आहे बरे! प्रथम आम्ही कोण होतो, आमची काय स्थिती होती, आता काय स्थिती आहे, पुढे आमची काय स्थिती होईल वगैरे गोष्टींचे ज्ञान होत आहे; ही मोठ्या आनंदाची गोष्ट आहे. भारतवर्षात ज्या सभा, देश, जाती, धर्म, समाज, सुधारणादी कार्ये करीत आहेत, त्या सर्वांबद्दल माझी अंत:करणपूर्वक सहानुभूती आहे. या सर्वांच्या कार्यात मी मिसळून असतो व त्याच भावनेने मी आपल्या सभेत आलो आहे. आता विशेष काही न बोलता आपल्या मुख्य विषयाकडे वळतो. ज्या देशात आपण राहतो, त्या देशाचे नाव आर्यावर्त असे आहे. याला आर्यावर्त म्हणण्याचे कारण असे की, येथे प्रथम आर्य लोकांनी वसाहत केली. या देशाच्या रहिवाशांना आर्य म्हणत असत. आर्यांचे मूलस्थान तिबेट (त्रिष्टित, तिब्बात). आर्य प्रथम दोन वर्णांचे होते : एक, आर्यवर्ण. दुसरा, दस्यूवर्ण. हे सर्व एकाच आई-बापांपासून जन्मलेले होते.

आर्यांच्या गुणकर्माचा स्वीकार करून दस्यू लोकांना आर्य होता येत असे. आर्य लोक दस्यूचे गुणधर्म स्वीकारून दस्यू बनत असत. आर्यांची सामाजिक कार्ये जसजशी वाढू लागली, तसतशी ती करण्याकरिता चार वर्णांची स्थापना झाली. 'निरूक्त' मध्ये वर्ण शब्दाचा अर्थ असा दिला आहे : 'वर्णो वृणोति'[१]

---

१. *वर्णाचा स्वीकार करता येतो म्हणून अगर वर्णाच्या योग्यतेचे गुण प्राप्त करून घेऊन मनुष्य वर्णाचा स्वीकार करतो, शिवाय वर्णाचे परिवर्तनही होते. म्हणून त्याला 'वर्ण' असे म्हणतात. 'निरुक्त' : आ. २, खंड ३*

"धर्माचरणाने खालचा वर्ण वरच्या वर्णात जाऊ शकतो. तसेच वरचा वर्ण अधर्माचरणाने खालच्या वर्णाप्रत जातो. वैदिक काळापासून ते महाभारताच्या काळापर्यंत ही मर्यादा राहिली आहे."[२]

"वेदांचा सांगोपांग व समजूनउमजून अभ्यास करणे, दुसऱ्यास शिकविणे; दुसरे यज्ञ आदीकरून कर्म स्वतः करणे व दुसऱ्याकडून करविणे; तिसरी गोष्ट, दान घेणे आणि देणे हे ब्राह्मकर्म."[३]

"शांती, मनोनिग्रह, तप, आतून व बाहेरून स्वच्छता, क्षमा, सरळपणा, ज्ञान, विज्ञान (ईश्वर, जीव, प्रकृती यांचे ज्ञान) आस्तिक्यभाव ही ब्राह्मणांची कर्मे होत."[४]

"प्रजेचे रक्षण करणे, प्रजेच्या कल्याणाकरिता दान देणे, होम करणे, वेदांचे पठण करणे, युद्ध करणे, निर्भयपणे राहणे, धैर्यवान होणे, युद्धात चातुर्य, विषयात न रमणे, न फसणे, युद्धातून परत न फिरणे, प्रजेच्या रक्षणासाठी सर्वस्व अर्पण करणे, ईश्वरावर दृढ विश्वास ठेवणे, हे क्षत्रियाचे स्वाभाविक कर्तव्य होय."[५]

"जनावरे पाळणे व त्यांची वाढ करणे, दान देणे, यज्ञादी कर्म करणे, वेदांचे सांगोपांग अध्ययन करणे, देशावर जाऊन व्यापार करणे, सावकारी करणे, शेतकी करणे हे वैश्यांचे कर्तव्य आहे."[६]

---

२. *धर्म्मचुर्य्याजघन्यो वर्णा: पूर्वं पूर्वं वर्णमापद्यते जातिपरिवृतौ ।*
अधर्मचुर्य्या पूर्वो वर्णो जधन्यं वर्णमापद्यते ॥ जातिपपरिवृतौ ॥
आपस्तम्ब ॥२॥८॥७॥

३. *ब्राह्म वर्णाचे कर्म (अध्यापनं अध्ययनं यजनं याजनं तथा । दानं प्रतिग्रहश्चैव ब्राह्मणानामकल्पयत्।)*

४. *शमो दमस्तप:शौचं क्षांतिराजर्वमेव च ।*
ज्ञानं विज्ञानामेस्तिवयं ब्रह्मकर्म स्वभावजम् ॥

५. *प्रजानां रक्षणं दानमिज्याऽध्ययनमेव च ।*
विषयेष्वप्रसक्तिश्च क्षात्रकर्म स्वभावजम् ॥
शौर्यं तेजो धृतिर्दाक्ष्यं युद्धे चाप्यपलायनम् ।
दानमीश्वरभावश्च क्षात्रकर्म स्वभावजम् ॥

६. *पशूनां रक्षणं दानमिज्याऽध्ययनमेव च ।*
वणिक्पथं कुसीदं च वैशस्य कृषिमेव च ॥ (मनु)

"शिल्पकलेचे ज्ञान मिळविणे व ब्राह्मण, क्षत्रिय, वैश्य यांच्या कामांत मदत करणे, हे शूद्राचे कर्तव्य होय."[७]

वैदिक काळात अशा तऱ्हेची स्वतंत्रता होती की, जो कोणी एखाद्या वर्णाचे कर्तव्य करी, त्याला त्या वर्णात सामील करून घेतले जाई. वेद आदीकरून शास्त्रांचा अभ्यास करण्यास प्रत्येक स्त्री-पुरुषास अधिकार होता. वैदिक काळात सर्व वर्गांचे लोक ऋषी झालेले आहेत. जोपर्यंत स्त्रिया मंत्र जाणणाऱ्या होत्या, तोपर्यंत आर्यवर्त स्वर्गाप्रमाणे होता. 'स्त्रियांनी व शूद्रांनी वेद वाचू नयेत' अशा कल्पित श्रुतींचा आवाज आकाशातूनसुद्धा काढू देत नसत. त्या वेळी शूद्रांनी वेद ऐकले, तर त्यांच्या कानात शिसे कढवून ओतले जात नसे. ज्या वेळी वर्णव्यवस्था वंशपरंपरा रजिस्टर झाली, तेव्हा एका वर्णाच्या मनुष्याला दुसऱ्या वर्णाचे काम करणे कठीण होऊ लागले आणि लोक आपल्या वर्णातील कर्तव्यापासून हळूहळू मुकू लागले. समाजाची घडी बिघडू लागली. शेवटी जी वर्णव्यवस्था गुणकर्मावर अवलंबून होती, ती जन्मावर येऊन बसली. याप्रकारचे नियम करून त्याविरुद्ध कोणाची ब्र काढण्याची छाती होऊ नये म्हणून ते स्मृतींमध्ये घुसवून दिले.

वर्णव्यवस्था जन्मावर आहे, म्हणजे आई-बाप ब्राह्मण आहेत, त्यालाच ब्राह्मण म्हणावे. दुसऱ्या कोणालाही ब्राह्मण म्हणता कामा नये. तसेच ज्याचे आई-बाप क्षत्रिय तोच क्षत्रिय. मग त्याच्या अंगी गुण असोत वा नसोत. ज्याचे आई-बाप वैश्य तोच वैश्य. ज्याचे आई-बाप शूद्र तो शूद्र. मग त्याच्या अंगी कितीही प्रतीचे गुण असोत. जे जुने ब्राह्मण, क्षत्रिय व वैश्य गुणकर्मावरून श्रेष्ठ होऊन जन्माचा अभिमान जसजसे धरू लागले, तसतसे नव्या मनुष्याला ब्राह्मण, क्षत्रिय, वैश्य होता येईनासे झाले. या पद्धतीच्या योगाने हिंदूंची जी अधोगती झाली, ती इतिहास वाचणाऱ्याला पूर्ण अवगत आहे. याच समयी चार वर्णांच्या पाच हजार जाती झाल्या. यामुळे हिंदूंचे सामाजिक बळ ऱ्हास पावू लागले. प्रत्येक जात दुसऱ्या जातीशी खाणे-पिणे करीत नसून लग्नसंबंधही करीत नाही. एका जातीवर जुलूम होऊ लागला, तर दुसरी जात डोळे उघडे ठेवून पाहत राहते. त्याबद्दल तिला थोडीही दया येत नाही. खरोखर मानवी प्राण्यांची एकच

---

७. परिचर्यात्मकं कर्म शूद्रास्यापि स्वभावजमा ॥ (मनु)

जात आहे. जातीचे लक्षण शास्त्रकारांनी असे लिहून ठेवले आहे :

"ज्यांच्यामध्ये समान भाव, समान आकृती व समान उत्पत्ती आहे; त्यांची एक जात समजावी. याप्रमाणे व्याकरणशास्त्रामध्येही लिहून ठेवले आहे की, ज्यांची आकृती समान त्यांची जात एक. जसे मनुष्य, गाय, घोडा, हत्ती, पिंपळ वगैरे."[८]

आमच्या हिंदू लोकांचा समज असा आहे की, हिंदुस्थानखेरीज इतरत्र वर्णव्यवस्था नाही. हा आमचा भ्रम आहे. ऐतिहासिक जग याच्या उलट आहे. आमच्याप्रमाणे दुसरेही आर्य वंशज आहेत. आमच्याप्रमाणे इतर देशांतही वर्णव्यवस्था आहे. आमच्यात व त्यांच्यात फरक हा आहे की, दुसऱ्या देशांत वर्णव्यवस्था गुणकर्मावर अवलंबून आहे. पण आमच्या येथे ती जन्मावर अवलंबून आहे. त्यांच्या येथे वर्णाचे परिवर्तन याच जन्मात होते. पण आमच्या येथे जन्मजन्मांतरीसुद्धा त्याचे परिवर्तन होत नाही. हा सर्व रूढीचा महिमा आहे. वेदादी शास्त्र तरी याच्या उलट आहे. 'मनुस्मृती' मध्ये असे लिहून ठेवले आहे की :

"क्षत्रियांमध्ये उपनयन संस्काराचा लोप झाल्यामुळे व ब्राह्मणांमध्ये नुसत्या दर्शनाने मनुष्य वृषल होतो पण संस्कारहीन होतो, त्यांना काय नाव द्यावे?"[९]

पौण्ड्र, चौन्ड्र, द्रविड, कंबोज, यवन, शक, पारद, पल्हव, चीना, किरात, दाद वगैरे ब्राह्मणादी वर्णक्रियेचा लोप झाल्यामुळे संस्कारहीन झालेले, दुसऱ्या देशात, दुसऱ्या जातीच्या नावाने वाखाणू लागले. पैकी काही म्लेंच्छ व काही आर्य भाषा बोलणारे होते. त्या सर्वांना दस्यू म्हणू लागले. केवळ अन्य जातींमध्ये वेदोक्ताचा संस्कार लोप पावला म्हणूनच नव्हे, तर ब्राह्मणांच्या अज्ञानामुळे व अत्याचारी वर्तनामुळेही ही म्लेंच्छ जात उत्पन्न झाली.[१०]

---

८. समान प्रसवात्मिका जाती ।। न्यायशास्त्रम्

९. शनकैस्तु क्रियालोपादिमाः क्षत्रियजातयः ।।
वृषलत्वं गता लोके ब्राह्मणादर्शनेनच ।। मनु : अध्या १० :२ लो.४३ ।।

१०. पौण्ड्रका, श्चौन्ड्रद्रविडाः काम्बोजाः यवनाः शकाः ।
पारदापल्हवाश्चीनाः किरता दरदाः खशाः ।।
मुखबाहूरुपज्यांना या लोके जातयो बहिः ।
म्लेंच्छवाचश्चार्यवाच सर्वे ते दस्यवः स्मृताः ।।

विष्णुपुराणाच्या चौथ्या अध्यायात असे लिहून ठेवले आहे की, त्रिशंकूच्या वंशात बाहू नावाचा राजा होऊन गेला. तो हैह्य, ताल, जंघादी क्षत्रियांना हार जाऊन आपल्या राणीसह अरण्यात गेला. पुढे काही दिवसांनी तो मरण पावला. तेव्हा त्याची राणी त्याच्याबरोबर सती जाऊ लागली. ती गर्भवती असल्याने ऋषीने तिला सती जाण्यास प्रतिबंध केला व म्हटले की, "हे राणी तुझ्या पोटी पराक्रमी पुत्र होईल. तो सर्व क्षत्रियांचा नाश करील." राणी सती न जाता ऋषींच्या आश्रमात राहू लागली. त्या ऋषींचे नाव वसिष्ठ. पुढे तिला पुत्र झाला. त्याचे नाव सगर ठेवून ऋषीने त्यास क्षात्रविद्या शिकविली. सगर मोठा झाल्यावर सर्व हकिगत त्याला आईकडून समजली. तेव्हा क्षत्रियांबरोबर तो युद्ध करण्यास गेला व क्षत्रियांस जर्जर करून सोडले. त्यामुळे सर्व क्षत्रिय वसिष्ठास शरण गेले. तेव्हा ऋषी सगरास म्हणाला, "हे पुत्रा, आता ह्या क्षत्रियांना मारू नकोस. मी या क्षत्रियांना द्विजत्वापासून व धर्मापासून वेगळे केले आहे. त्यांना जिवंतपणीच मारून टाकिले आहे. हे आता जिवंत मुडदे आहेत." आणि सगरने या क्षत्रियांच्या वंशाचे परिवर्तन करून टाकले. कित्येकांची शेंडी काढून टाकून त्यांना 'यवन' हे नाव दिले. त्याचबरोबर वेद आदीकरून शास्त्रांचा अभ्यास करण्याचा अधिकारही काढून घेतला. क्षत्रिय धर्मापासून त्यांना काढून टाकिले. अशा प्रकारे परशुरामाच्या अत्याचारानेही पुष्कळ क्षत्रिय क्षत्रिय वर्णापासून पृथक् होऊन दुसऱ्या जाती बनल्या.

आमच्या या देशात हजारो जाती झाल्या. अशाच प्रकारे कोणत्या तरी समयी आपली ही जात क्षत्रियापासून पृथक् झाली असावी. याप्रमाणे जगामध्ये 'ऐतिहासिक' काळी कित्येक वेळा परिवर्तन झाले व होत आहे; पुढेही होईल. हा नैसर्गिक नियमच आहे. महाभारताच्या काळापर्यंत येथील क्षत्रियांचा विवाह दुसऱ्या देशातील क्षत्रियांबरोबर होत असे. 'महाभारत' ग्रंथावरून हे दिसून येण्यासारखे आहे. अर्जुनाचा विवाह उलुपीबरोबर, धृतराष्ट्राचा गांधारीबरोबर वगैरे झाले आहेत. महाभारताच्या पूर्वीही काही राजांचा विवाहसंबंध दुसऱ्या देशातील राजांबरोबर झाला आहे, असे इतिहासच सांगतो.

आता पुढे विशेष काही न सांगता आपल्या विषयाच्या संबंधाने दोन शब्द सांगावयाचे आहेत. जर तुम्ही अंतःकरणपूर्वक क्षात्रधर्म स्वीकारणार

असला, तर आपले मी अंतःकरणपूर्वक स्वागत करतो. तुम्ही क्षत्रिय झाला आहात. क्षत्रिय वर्णाचे गुणधर्म स्वीकार करा. आपल्या देशातील दुःखी प्रजेचे रक्षण करण्यास कंबर बांधा. आपल्यास क्षत्रिय होण्यास वेदादीशास्त्रांकडून अधिकार आहे. परमेश्वराने आपल्याला साधनही करून दिले आहे. मला वाटते, प्रत्येक मनुष्य चारी वर्णांची योग्यता प्राप्त करून घेईल, तेव्हा देशाची सुधारणा होईल. परंतु आपल्याला एक गोष्ट लक्षात ठेविली पाहिजे ती ही, की हा विद्येचा समय आहे. सर्वांच्या अंतःकरणामध्ये ज्ञानाचा प्रकाश पडला आहे. नुसत्या जन्माने क्षत्रिय अगर ब्राह्मण झालेल्या लोकांचा आता कोणीही आदर करणार नाही. आपण गुणकर्माने क्षत्रिय व्हा. नावाच्या क्षत्रियांच्या यादीत तुमच्या नावाची भर घालू नका. तसेच आम्ही क्षत्रिय होतो, अमुक वंशात आम्ही जन्मलो वगैरे वितंडवादात पडू नका. आपला कोणाशीही संबंध असो वा नसो, उन्नती करून घेण्यास हा मार्ग उत्तम नव्हे. सेन्सस रिपोर्टाचे अधिकारी व दुसरे कोणीही आपल्याला काहीही म्हणोत, त्याबद्दल मुळीच फिकीर करू नका. आपल्या जातीत वेदोक्त संस्कार, वेदोक्त कर्माचा प्रसार व सदाचाराची वाढ करा. आपल्या मुलांना शिक्षण द्या, असहाय व गरीब बांधवांना मदत करा.

कुरमी क्षत्रियांमध्ये विधवाविवाह प्रचलित असलेला पाहून मला मोठा आनंद होतो. आपली क्षत्रिय जात भ्रूणहत्या, व्यभिचारादी पापापासून सुरक्षित राहील असा माझा विश्वास आहे. हा आपद्धर्म आहे. मनुष्यसमाज निर्दोष राखण्याकरिता हे आहे. वेदादी शास्त्रांचे याला पाठबळ आहे. आमच्या गव्हर्न्मेंटनेही विधवाविवाहाचा कायदा पास केला आहे. ज्या जातीमध्ये या आपद्धर्मांचा प्रचार नाही, त्या जातीत भ्रूणहत्या, व्यभिचार आदी करून पाप घडत आहे. हजारो मुले प्रत्येक वर्षी मरत आहेत. ही किती दुःखाची गोष्ट आहे बरे !

भारतवासीय लोक उन्नतीची तीन मुख्य साधने समजतात. ती ही : पहिले पडदा, दुसरे विवाहनिषेध आणि तिसरे कोणाशीही मिसळून भोजन न करणे.

काय आश्चर्य आहे ! कोल्हापूर राज्यसंस्थापिका महाराणी ताराबाई, महाराणी सती अहल्याबाई, झाशीची राणी लक्ष्मीबाई, महाराणी कमलाबाई आदी करून क्षत्रिय स्त्रियांनी राज्याचा गाडा हाकलेला आहे. रणांगणावर

जाऊन शत्रूबरोबर लढायाही मारलेल्या आहेत. हे सर्व काम पडद्यात राहून केवळ अशक्य होते. सध्याही पडद्याची चाल सर्व देशांत नाही. महाराष्ट्रात, मद्रास, गुजरात वगैरे प्रांतांत पडदा बिलकूल नाही. दुसऱ्या प्रांतांमध्येही काही थोड्या जातींमध्येच पडदा आहे. पडद्यामुळे स्त्रियांमधील शूरतादी गुणांचा सर्वथा नाश होतो. आपला निर्वाह कृषिकर्मावर विशेषकरून होतो, हे ऐकून मला मोठा आनंद होतो. कृषिकर्म इतके पवित्र आहे की, वैदिक काळात, वर्षातून एकदा चक्रवर्ती राजा व त्याचे मंत्री हे कृषिकर्माची उन्नती करण्याकरिता नांगर हाकीत असत. ज्याच्या योगाने भूमीमध्ये एक दाणा टाकून हजारो दाणे मिळतात व ज्या कृषिकर्मावर सारी मनुष्यजात उपजीविका करते; ते कृषिकर्म हलके अथवा वाईट असे मी मुळीच मानीत नाही. मी माझ्या युवराजाला कृषिविद्या शिकण्याकरिता विलायतेला व अलाहाबादला कृषी स्कूलमध्ये पाठविले होते. आपल्याला माहीत आहेच की, कृषिकर्मापासून दुहेरी उन्नती होते. स्वतःला सुख होऊन सर्व मनुष्य जातीलाही सुख मिळते. कृषिकर्माशी पशुपालन व रक्षण यांचाही संबंध येतो. याकरिता पशुपालनासंबंधी पुष्कळ काम करावयाचे आहे. दूध, तूप वगैरेंची समृद्धी देशामध्ये झाली पाहिजे.

कृषिकर्म करताना क्षात्रतेजाला बाध येते, असे नाही. ज्यावर मनुष्य समाजाची सुव्यवस्था व उन्नती अवलंबून आहे, ते कर्म करणारे नीच आहेत, हे म्हणणे मुळीच पटत नाही.

युरोपात शेतकरी लोक प्रतिष्ठित समजले जातात. तेथील शेतकरी राज्यातील उच्च दर्जाच्या नोकरीवर आहेत. तसेच तिकडे शिल्पकलेमधील लोकांची प्रतिष्ठा मोठी आहे. जो आज चांभार अथवा भंगी आहे यास नीच असे म्हणण्याचे साहस कोणाच्याही अंगी नाही. याचे कारण असे आहे की, शिल्पकला सर्वस्वी त्यांच्याच हातांत असते. येथील लोक निर्धन व अज्ञानी असल्यामुळे इथल्या शिल्पकलेची सुधारणा कशी होईल? सुशिक्षित बी.ए., एम.ए. झालेले लोक हे काम अशा भीतीपोटी घेत नाहीत की, आम्हाला शूद्र म्हणतील, आम्हाला नीच समजतील. अशाने देशात ऐश्वर्य कसे वाढेल? ऐश्वर्याशिवाय देशाची उन्नती कशी होईल?

हे परमेश्वरा, आमच्या देशातील लोकांना सुबुद्धी देऊन त्यांच्या अंतःकरणात ज्ञानाचा प्रकाश पाड. आम्ही सर्व माणसे सद्गुणी चिरायू

पुत्र होऊन बंधुप्रेमाने राहू. दुसऱ्याचे दुःख ते आपले दुःख व दुसऱ्याचे सुख ते आपले सुख, असा आमचा समज होऊ दे. सर्व जण मिळून शारीरिक, आत्मिक व सामाजिक उन्नती करून, संसाराला स्वर्गधाम बनवू या. शेवटी, कुरमी क्षत्रियांना धन्यवाद देऊन आपली मंगल कामना पूर्ण करावी व आपल्या जातीच्या सभेची दिवसेंदिवस भरभराट होवो, अशी मी परमेश्वराजवळ प्रार्थना करतो.

आर्यधर्म विश्वव्यापी धर्म बनेल!

दि. ८ मार्च, १९२० रोजी भावनगर येथे अखिल भारतीय आर्य धर्म (आर्य समाज) परिषद भरली होती. त्या समारोपप्रसंगी प्रमुख म्हणून राजर्षी शाहू महाराजांनी केलेले हे भाषण आहे. या भाषणात महाराजांनी स्वामी दयानंदांच्या जीवितकार्याची महती गाऊन त्यांनी स्थापन केलेला वैदिक धर्मच (आर्य धर्म) देशाला जागृत करणारी रामबाण मात्रा ठरेल, असा विश्वास व्यक्त केला आहे. या कारणामुळेच 'वैदिक धर्माचे महत्त्व अन्य मतांपेक्षा अधिक, असे समजूनच मी या धर्माचा स्वीकार केला आहे,' असे त्यांनी जाहीरपणे प्रतिपादन केले आहे. स्वामी दयानंदांनी सांगितलेला हा धर्म भावी काळात विश्वव्यापी बनेल, असाही आशावाद त्यांनी येथे प्रकट केला आहे.

सज्जन हो,

आपण जरा भारतवर्षाच्या गतेतिहासावर दृष्टिपात करू. हजार वर्षांपूर्वीच्या व आताच्या भारतवर्षात जमीन-अस्मानाचे अंतर पडले आहे. आज पराक्रम, विद्वत्ता, धर्मशीलता, उदारतादी सद्गुण लुप्त झाले आहेत. हजारो कुसंस्कार, चालिरीती यांनी भारतवर्ष ग्रासून गेलेला पाहून काही आश्चर्यही वाटत नाहीसे झाले आहे. बालविवाह, बहुविवाह, मद्यपान, स्त्रियांना शिक्षणास मज्जाव, वर्णाश्रमधर्माची अव्यवस्था वगैरे अनेक सामाजिक घातकी रूढींनी समाज निर्जीव करून टाकला आहे.

उदाहरणार्थ, वर्णव्यवस्था घ्या. संपूर्ण भारत, विशेषतः महाराष्ट्रादी दक्षिण प्रांतांत, ब्राह्मणेतर जातींची अवस्था अत्यंत शोचनीय आहे. या

जातींना पुढे सरसावण्यास व प्रगती करून घेण्यास संधीच दिली जात नाही. आज विसाव्या शतकात अस्पृश्य गणले जाणारेदेखील प्राणी आहेत. त्यांचा अपराध एवढाच आहे की, त्यांनी एखाद्या विशिष्ट जातीमध्ये जन्म घेतला नाही. आज भारतवर्षात ऐक्य, प्रेम व सहकार्य कोठेही पाहावयास मिळत नाही. याचे कारण आमची स्वतःचीच मूर्खता होय. भारतवर्षामध्ये अशी मनुष्ये वर्तमान आहेत की, ज्यांना आपल्या बंधूंची छायाही आपल्यावर पडणे दुःसह होते. स्वतःचे स्वतःलाच उच्च समजणारे लोक मिथ्या जातिअभिमानाच्या नशेत अगदी निमग्न होऊन राहिले आहेत व नीच म्हणविल्या जाणाऱ्या जातींवर मन मानेल तसे अत्याचार करून राहिले आहेत.

नवीन मनुष्याला त्याच्या योग्यतेनुसार उच्चनीच वर्ण देणे हा वैदिक आदर्श होता. मुनी लोकांनी,

'धर्मचर्यया जधन्यो वर्णः पूर्वं पूर्वं वर्णमापद्यते जाति परिवृतौ ।

अधर्मचर्यया पूर्वो वर्णः जघन्य जघन्यवर्णमापद्यते जाति परिवृतौ ॥

असा उपदेश केला. त्या ठिकाणी पौराणिक लोकांनी 'ब्राह्मणः न जातः ब्राह्मणः' अशी व्युत्पत्ती करून ब्राह्मणादी जन्मवाचक अर्थ करण्यास प्रारंभ केला. मनास येईल त्याप्रमाणे ग्रंथरचना सुरू केली. 'स्त्रीशूद्रौ नाधीयताम्' हा जणू काय वेदमंत्रच कंठस्थ करविला. याचा परिणाम असा झाला की, स्त्री व शूद्र यांना ज्ञानमार्ग बंद झाला. बराच काळ अशी स्थिती राहिल्यामुळे शूद्र स्वतःच अस्पृश्य समजून राहिले. मग काय? ब्राह्मणांचे साधले व त्यांनी ब्राह्मणत्वाचा मक्ता आपणाकडे घेतला.

ब्राह्मणाचे जीवन पारमार्थिक जीवन आहे. जेव्हापासून योग्यतेप्रमाणे उच्चनीचत्वाची पारख नष्ट झाली, तेव्हापासून नामधारी गुरू वर्गाची खूप चंगळ उठली. जन्मापासून मृत्यूपर्यंत तर ते लुटत आहेत, परंतु त्यानंतरही श्राद्ध वगैरेची अवडंबरे त्यांनी माजविली.

सज्जनवृंद ! जेव्हा देशनौकेचे कर्णधार ब्राह्मण स्वार्थी बनले होते, तेव्हा 'अष्ट वर्षा भवेत्गौरी' हा अवैदिक पाठ उच्च स्वराने म्हटला जात होता व राष्ट्रीयत्व जवळजवळ नष्ट झाले होते. आणीबाणीच्या समयी याच काठेवाड प्रांतात जेथे आपली ही परिषद भरली आहे त्या भावनगरसमीप, भौरवीगावी आपल्या स्वदेशाच्याच जागृतीसाठी नव्हे,

तर अखिल भूमंडळ जागृत करण्यासाठी महर्षी दयानंदांचा जन्म झाला. त्यांनी तपश्चर्या केली. वेदाध्ययन केले. भरतखंडाच्या अवनत स्थितीचे परीक्षण केले आणि निःस्वार्थ बनून मतामतांतरांचा जो अग्नी भारतात प्रज्वलित होता, त्यामध्ये उडी ठोकली. पदभ्रष्ट ऋषिसंतानांस पुनः सन्मार्गावर आणून सोडले. चोहोकडे जागृती केली. लोकांनी त्यांना गालीप्रदान केले. त्यांच्यावर दगडधोंड्यांची वृष्टी केली व शक्य तितका त्यांचा तिरस्कार केला. परंतु या सर्व मानापमानाची मुळीच पर्वा न करता त्या महर्षी, तपस्वी, त्यागी दयानंदांनी वैदिक धर्माचा डंका वाजविलाच. नामधारी ब्राह्मणांचा पोटशूळ आरंभ झाला. त्यांनी दयानंद ऋषींची गती कुंठित करण्याचा होता नव्हता तो प्रयत्न केला; पण ईश्वरीय चाल कोणत्या शक्तीस कुंठित करणे शक्य होते? त्यांच्या केवळ दहा वर्षांच्या गर्जनेने पंजाब, संयुक्त प्रांत, राजपुताना, बंगाल, बिहारादी खडबडून जागे झाले. लाखो लोक त्यांचे अनुयायी बनले. उत्तर भारतवर्षातच काय; आज संपूर्ण भारतखंडात अवैदिकीय पाठाऐवजी 'ब्रह्मचर्येण कन्या वा युवानं विंदते पतिम्, शूद्रे ब्राह्मणतामति ब्राह्मणो यति शूद्रताम्' हा वैदिक पाठ सुरू झाला.

आर्य समाजाचे कार्य जगास विदितच आहे. स्पर्शास्पर्शतेचे काल्पनिक बंड मोडून समाजाने युद्धातही फार मदत केली आहे. परदेशगमनाने मनुष्य पतित समजले जात असत, तेच आता वांछनीय समजले जात आहेत. आर्य धर्म यच्चयावत मानव समाजाकरिता आहे. आनंदाची गोष्ट ही की, पुष्कळ युरोपीय स्त्री-पुरुषांनी या आर्य धर्माचा स्वीकार केला आहे; करीत आहेत. खरे म्हणाल तर लॉर्ड किचनेर, सर हेग, लॉर्ड फ्रेंच प्रभृतींची गणना पहिल्यापासूनच आर्यामध्ये होऊ शकते. कारण की, या योद्ध्यांनी क्षत्रियोचित धर्माचे परिपालन केले आहे. माझ्या मते, हाच धर्म शासित शास्त्यात प्रेमरज्जूने ऐक्य करण्याचा प्रयत्न करीत आहे. मला पूर्ण भरवसा आहे की, हा आर्यधर्म विश्वव्यापी धर्म बनेल. याच धर्माचे अनुयायी प्रतापसिंह व सज्जनसिंह वगैरे नरेश आहेत; होते. ही अभिमानास्पद गोष्ट होय. आम्हालाही त्यांचेच अनुकरण केले पाहिजे. हीपण संतोषाची गोष्ट आहे की, अद्यापिही जरी स्वार्थी लोक इतस्ततः हात-पाय आपटतात, तथापि खरे ब्राह्मण व सुशिक्षित जनता ही सर्व आम्हाला अनुकूल आहे. परंतु दक्षिण प्रांतातही अद्यापि

पुष्कळसे कर्तव्य बाकी आहे. आर्यांचे हे कर्तव्य आहे की, या देशात भ्रातृभाव जागृत करावा.

जरी 'सत्यशोधक समाजा'दी समाजांनी काहीशी सुधारणा केली आहे; तथापि या संस्थांकडून विशेष अधिक काही होऊ शकणार नाही. कारण त्या, 'शठं प्रति शाठ्यं' या तत्त्वावर चालत आहेत. परंतु देशाला जागृत करणारी रामबाण मात्रा वैदिक धर्मच आहे. कारण हिंदुमात्राच्या अंतःकरणात वेदाभिमान वसत आहे व आर्यसमाज वेदानुकूल राहण्यातच आपला धर्म समजत आहे. आर्य समाजाचा धर्म जगावर उपकार करण्याचा आहे.

सज्जनहो, वैदिक धर्माचे महत्त्व अन्य मतांपेक्षा अधिक आहे हे समजूनच मी या धर्माचा स्वीकार केला आहे.

राजाराम कॉलेज, हायस्कूल, गुरुकुल, अनाथालय, सरदार बोर्डिंग वगैरे सर्व संस्था मी आर्य प्रचारक सभा, संयुक्त प्रांत हिच्या आधीन एवढ्याच उद्देशाने केल्या आहेत की, लोकांची मानसिक सुधारणा व्हावी. ही सुधारणा विद्येच्या द्वाराच शक्य आहे. म्हणून विद्येची सूत्रे मी आर्य समाजाच्या हाती देऊन टाकली आहेत. मला जे शक्य झाले, ते मी केले आहे. माझी अंतःकरणपूर्वक इच्छा आहे की, माझ्या जोतिबा, पंढरपूर वगैरे क्षेत्रांमध्येदेखील आपण गुरुकुल, हायस्कूल, समाज स्थापन करावेत. माझे कर्तव्य होते, ते मी करून टाकले आहे. आता पुढील कर्तव्य सर्वस्वी तुमच्या हाती आहे. जर इतक्यावरही वैदिक धर्माचा प्रसार झाला नाही, तर यात आर्य प्रसारक व आपण हेच दोषी व्हाल. माझी इच्छा आहे की, थोडेसे सच्चे कर्मवीर माझ्याकडेही आपला समय लावतील.

आर्यबंधूंना, आपल्यामधून अद्याप कर्महीनता नाहीशी झाली नाही. ऋषींची प्रेरणा सुशिक्षित समुदायांमध्ये दृग्गोचर होत आहे. देशातील सर्व समाज, सभा, सोसायट्या वैदिक सिद्धान्तानुसार कर्तव्य बजावीत आहेत. 'यथेमां वाचं कल्याणिम्'. या वेदाज्ञेनुसार आर्य समाजाने गुरुकुल, अनाथालये, कॉलेजेस वगैरे संस्था काढून भेदभावरहित सर्व जातींच्या मध्ये वेदवाणीचा प्रचार केला आहे. तरीही आम्ही अद्यापि ऋषींचे शतांशाने कर्मवीर बनलो नाही. अकर्मण्यतेचा हा समय नव्हे. कर्मण्यता पाहिजे आहे. उदाहरणार्थ, 'पटेल बिल' घ्या. त्यानुसार

वागण्यास आपण प्रारंभ केला पाहिजे. वेदप्रतिपादित गुणकर्मानुसार आपण कृतीने वर्णव्यवस्था पाळीत आहो, हे सिद्ध करण्याची आता वेळ आली आहे.

मी आपला बराच वेळ घेतला. परंतु आपण लक्षपूर्वक, उत्साह दाखवून माझे भाषण ऐकून घेतलेत, त्याबद्दल मी आपले पुन्हा अंतःकरणपूर्वक आभार मानून शेवटी सर्वांस विनयपूर्वक सांगतो की, ऋषी दयानंदांच्या कार्याची आपल्या हृदयावर छाप पडली असेल तर याद राखा की, या काठेवाड भूमीमध्ये बाळ मूलशंकराने कठीण प्रतिज्ञा करून गृहत्याग केला होता, तर आपणही या तीर्थस्थानाहून परत जाताना कठीण प्रतिज्ञा करावी की, वैदिक सिद्धान्त व विचार आम्ही कृतीत आणण्यासाठी यत्किंचितही कसूर करणार नाही. बंधूहो, अंती सत्याचा जय आहे हे लक्षात बाळगून 'ऋषींचे मिशन' प्रसृत करण्याचा प्रयत्न करा व कामास लागा. 'परमात्मा तुम्हास बळ देईल;' कारण की, कर्मवीरांचा साहाय्यकर्ता तोच ईश्वर आहे.

आपल्या जातीचा पुढारी करा!

माणगाव जि. कोल्हापूर येथे दि. २२ मार्च, १९२० रोजी अखिल महाराष्ट्र अस्पृश्य वर्णाची मोठी परिषद भरली होती. या परिषदेचे अध्यक्ष होते अस्पृश्यांचे तरुण नेते डॉ. आंबेडकर आणि प्रमुख पाहुणे होते राजर्षी शाहू महाराज. आपल्या भाषणात महाराजांनी आपल्या राज्यात अस्पृश्यांवर अत्याचार करणारी शेकडो वर्षांची हजेरीची पद्धती का नष्ट केली याचा वृत्तान्त दिला असून, वेठबिगार पद्धतीही नाहीशी करण्याचा मनोदय प्रकट केला आहे. अस्पृश्यांनी दुसऱ्या जातीच्या पुढाऱ्यामागून न जाता आपल्या जातीचाच पुढारी निवडला पाहिजे, असे प्रतिपादन केले असता, महाराजांनी डॉ. आंबेडकरांचा 'पंडित' आणि 'विद्वानांचे भूषण' म्हणून गौरव केला आहे.

मित्र हो !

आज माझे मित्र आंबेडकर यांनी या सभेचे अध्यक्षस्थान स्वीकारले आहे. त्यांच्या भाषणाचा लाभ मिळावा म्हणून मी शिकारीतून बुद्ध्या येथे आलो आहे. मिस्टर आंबेडकर हे 'मूकनायक' पत्र काढतात व सर्व मागासलेल्या जातींचा परामर्श घेतात, याबद्दल मी त्यांचे मनःपूर्वक अभिनंदन करतो.

अस्पृश्य लोकांची हजेरी माफ करण्याची बुद्धी मला का झाली याचे कारण, या प्रसंगी थोडक्यात सांगावे असे मला वाटते. हजेरी असल्यामुळे या गरीब लोकांवर गावकामगार व इतर ऑफिसर्सचा फार जुलूम होता. म्हणजे गावात बारा आणे मजुरीचा दर असला, तरी गैरहजेरीची भीती

घालून या गरीब लोकांकडून अधिकारी फुकट काम करून घेत. फार झाले तर त्यांच्या पोटाला म्हणून काहीतरी थोडेसे देत.

गुलामगिरीपेक्षासुद्धा, या विसाव्या शतकात अशी गुलामगिरी चालली आहे, की ज्यांना ही हजेरी होती त्यांना आपल्या जवळचे आप्तेष्ट, पै-पाहुणे कोणी आजारी पडल्यास त्यांना ताबडतोब भेटता येत नव्हते. कित्येक प्रसंगी भेट न होताच ते मरतही होते. मी प्रत्यक्ष असे पाहिले आहे की, कित्येक वेळा लहान आजारी मुलांच्या आयांना व बापांना वेळी-अवेळी जबरदस्तीने वेठीस धरून नेल्यामुळे ती लहान आजारी मुले, त्यांच्याकडे लक्ष देण्यास कोणीच नसल्याने, त्यांचे आई-बाप परत आल्यावर, ती मेलेली त्यांना सापडली आहेत. यापेक्षा जास्त जुलूम काय असावयाचा? त्याचप्रमाणे बलुतेदारांकडून वरिष्ठ दर्जाच्या लोकांनी कामे करून घ्यावयाची व मागाहून त्यांना काही देत नाही म्हणून सांगावयाचे, असे प्रसंगही पुष्कळ येतात. कोणी जास्त तक्रार केली, तर तुला हजेरीत घालीन अशी भीती घालतात.

पाटील, कुलकर्णी वगैरेंची घरे बांधण्याची कामे असल्यास गोरगरीब मराठे, सूर्यवंशी, सोमवंशी (अस्पृश्य लोक) वगैरे रयत लोकांकडून त्यांना धमकी घालून नियमांपेक्षा फाजील बलुते देवविण्यासही कामगार लोक कमी करीत नाहीत. गावात एखादी चोरी झाली म्हणजे तर या हजेरीवाल्या लोकांची दैना फारच होते. चांगल्यावाईट सर्व लोकांना धुडकविण्यात येऊन त्यांच्यावर अनेक तऱ्हेचे जुलूम होतात. गुन्ह्याचे मान पाहिले, तर मी स्वतःच्या अनुभवावरून असे सांगू शकतो की, हजेरीच्या लोकांपेक्षा बिनहजेरीच्या लोकांतच गुन्हेगारांची संख्या जास्त आहे. मात्र बिनहजेरीच्या लोकांना हजेरी लावून बेशरम केल्याने त्यांची प्रवृत्ती पुन्हा गुन्हा करण्याकडे होते, एवढा हजेरीचा उपयोग होत होता. त्यांनी अब्रूने व प्रतिष्ठेने वागण्याचा फायदा काय? कोणत्याही स्थितीत हजेरी पाठीशी आहे व बेअब्रू कायमचीच आहे; मग त्यांनी चांगल्या रीतीने तरी का वागावे, असा त्यांच्या मनावर हजेरीने परिणाम होत आहे. मी हजेरी बंद केल्यापासून गुन्ह्यांची संख्या कमी झाली आहे. कारण प्रत्येकास अब्रूने वागावे असे वाटते.

बलुतेदारांची भांडणे, मारामाऱ्याही बंद झाल्या आहेत. तलाठी नेमण्याची पद्धती सुरू होऊन जरी फार दिवस झाले नाहीत, तथापि

त्यामुळेही गावातले तंटे व लिटिगेशन्स बरीच कमी झाली आहेत, असे माझ्या नजरेस आले आहे.

परंतु वेठबिगार मात्र मला कमी करता येईना. कारण हे सर्व लोक वतनाच्या मागे लागत आहेत. ते वतन तरी किती द्यावे? किती असावे? दोन आरे जमीन अगर पाटीभर धान्य, यात कोणाचे पोट तर भरत नाही, परंतु अशा स्थितीने, वतनाच्या आशेने गावी राहणे भाग पडल्याने पोट भरण्याकरिता चोऱ्या वगैरे गुन्हे करण्याशिवाय त्यांना दुसरा मार्गच उरला नाही. म्हणून मी सर्व बलुतेदारांस व महार वगैरे वतनदारांस अशी विनंती केली की, अशी लहानसहान वतने व बलुती यांच्यामागे तुम्ही लागू नका. ती सोडून द्या. विशेषकरून महार लोकांना मी अशी विनंती केली की, तुम्ही साधारण माणशी दहा एकर जमीन वाट्याला येईल असे तुमच्या म्हारकीचे तुकडे करा. हे उत्पन्न तुमच्यातील जे वडील असतील त्याच्याकडे; जसे पाटील, सनदी, शिलेदार यांच्याकडे चालते तसे चालवा; म्हणजे गावास फक्त आठ महार, शिलेदारांप्रमाणे अगर सनदी शिलेदारांप्रमाणे नेमा; म्हणजे त्यामुळे गुलामगिरी नाहीशी होईल. त्यांना मी नवीन सनदा देण्याची तजवीज मोठ्या खुशीने करीन. असे झाल्याने बाकीच्या महार लोकांस गावात अगर बाहेरगावी कोणताही धंदा करण्यास मोकळीक होईल आणि सर्वांनीच अर्धपोटी राहायचेही टळेल. हे माझे म्हणणे करवीरच्या महारांनी कबूल केले आहे व त्यांचे अनुकरण सर्व करतील अशी माझी खात्री आहे. माझे प्रिय मित्र मिस्टर आंबेडकर हे या कामी मदत करतील, अशी मला पूर्ण आशा आहे.

या प्रसंगी आमचे विख्यात एज्युकेटेड मि. केशवराव व मागासलेल्यांकरिता झटणारे रावबहादूर बाबू कालीचरण वगैरे असते, तर फारच मदत झाली असती. तसेच सर्व पाटील लोकही मला या कामात मदत करतील, अशी माझी पूर्ण उमेद आहे. आमच्या येथील सुप्रसिद्ध व्यापारी रामभाऊ शिरगावकर यांचेही मला या कामी पाठबळ मिळेल, अशी मला पूर्ण आशा आहे.

मी हजेरी बंद केली याबद्दल मला असेही प्रश्न झाले होते की, आजपर्यंतच्या हजेरीचे लोक, निदान ब्रिटिश वगैरे परहद्दीत जातील तेव्हातरी त्यांना त्यांच्या संबंधाने आगाऊ वर्दी मिळावी. तसे ता. ३०-५-१९ रोजी, सातारा पोलीस सुपरिंटेंडेंट यांचे लिहून आले होते;

त्यावर विनम्रपणे मी ता. ४-६-१९१९ रोजी उत्तर दिले की, ज्या अर्थी मी हजेरी अजिबात माफ केली आहे, त्याअर्थी आपल्या इच्छेस मान देणे अशक्य झाले आहे. परंतु गुन्हेगार लोकांचे दाखले, मग ते स्पृश्य असोत वा अस्पृश्य; मी मोठ्या आनंदाने देत जाईन व खरोखर जे चांगलेपणाने वागणारे लोक आहेत, त्यांना जन्मभर गुन्हेगारांप्रमाणे वागविण्यास माझे अंतःकरण मला सांगत नाही. त्याप्रमाणे हजेरी बंद केली या गोष्टीची हकिगत आहे.

काही लोक तलाठी पद्धतीसंबंधाने माझ्यावर आक्षेप करितात की, जर वतनदार लोकच नोकरीत नको आहेत, तर मग पाटील कशाला पाहिजेत? नाही, नाही! तसे नाही! पाटील कशाला पाहिजे याचीही कारणे आहेत : कोणीही अजाण अशिक्षित माणूसही कबूल करेल की, खेडेगावात कोणीतरी जबाबदार असा कामगार असला पाहिजे. असे जर आहे, तर माझ्या मते तो पाटीलच पाहिजे. कारण की, एक तर कुलकर्णी वतनदाराप्रमाणे तो उपलाणी नाही. त्याची उत्पन्ने बादशाही सनदांची आहेत. त्यांनी गावे वसविली आहेत आणि दुसरे, ज्या जातीचे लोक ज्या गावात जास्त प्रमाणात आहेत, त्याच जातीचा पाटील बहुधा तेथे नेहमी असतो व कुलकर्ण्यांच्या जातीचे लोक गावात हजारात एकसुद्धा मिळणे दुर्मिळ. कुलकर्ण्यांच्या मागे त्याच्या जातीचे अधिकारी वर्ग, वकीलशाही व नोकरशाही यांचा पाठिंबा असल्याने गावातील लोक त्याला भितात व गावच्या खऱ्या हिताच्या कोणत्याही गोष्टीकडे त्यांचे दुर्लक्षच असते. ज्या अधिकारी वर्गाचे त्याला पाठबळ असते, त्यांना आवडेल तीच गोष्ट तो झपाटून करीत असतो व लोकांच्या हिताच्या व सुखाच्या गोष्टीकडे त्याचे लक्ष नसल्यामुळे गावातून गरीब लोकांवर जुलूम करूनही त्या त्या गोष्टी त्याला कराव्या लागतात. परंतु पाटलाची स्थिती तशी नाही. निरुपाय झाल्याशिवाय पाटील लोक तसे सहसा करीत नाहीत. कारण त्याच्या जातीचे लोक गावात जास्त असल्याने त्यांचेच हित पाहणे, हे त्याला भाग पडते. मात्र एका गावात दोन पाटील असले म्हणजे दुही माजून त्यांच्यामध्ये तंटेबखेडे उत्पन्न होतात व ते वाढविण्याकडे लबाड लोकांची प्रवृत्ती असते. ज्या गावास एक पाटील आहे, तेथे गुन्ह्यांचे मान कमी असते. हा अनुभव आमच्या मुलकी अधिकारी वर्गास आहेच.

मी अस्पृश्य वर्गाकरिता जे अल्पस्वल्प यत्न केले आहेत, ते एका लहानशा पुस्तकरूपाने बाबूराव यादव यांनी प्रसिद्ध केले आहेत. त्याबद्दल मी त्यांचा आभारी आहे. त्याचप्रमाणे या कामी सत्यशोधक समाज, आर्य समाज व अमेरिकन मिशन मला मदत करीत आहेत. त्याबद्दल मी त्यांचाही आभारी आहे. परंतु कमनशिबाची गोष्ट ही, की आमचे सुशिक्षित पुढारी वर्गापैकी फारच थोड्या लोकांचे प्रयत्न या बाबतीत मनोभावे करून होत आहेत. तथापि हळूहळू आपले सर्व समाज या दुर्भागी लोकांच्या कल्याणासाठी जास्त झटत जातील, अशी मला उमेद आहे.

आजच्या सभेचे अध्यक्ष मिस्टर आंबेडकर यांचे करणे मला नापसंत आहे. कारण महार, मांग, चांभार, ढोर हे खरोखर वैश्य जातीचे असून, वा विशेषतः महार लोक पूर्वी महारकी, सूत कातून व्यापार करीत असता त्यांना अस्पृश्य कोणी ठरविले कोण जाणे! असा वैश्याचा धंदा सोडून दस्यू म्हणजे नोकर आणि नोकर म्हणजे अतिशूद्र आंबेडकरांनी का पत्करला आहे, मला कळत नाही. तथापि मी येथे जमलेल्या सर्व लोकांस हीच विनंती करितो की, आतापर्यंत आम्ही निकृष्ट अवस्थेस पोचण्याचे कारण आम्ही आमचा योग्य पुढारी योजून काढीत नाही. गोड बोलून नावलौकिक मिळविण्याच्या हेतूने, आमच्यापैकी काही अप्पलपोटी मंडळी अयोग्य पुढारी नेमून देऊन अज्ञानी लोकांना फसवितात. पशू-पक्षीदेखील आपल्या जातीचा पुढारी करितात. पक्ष्यांत कधी चतुष्पादांचा पुढारी झाला नाही. चतुष्पादांत कधीही पक्ष्यांचा पुढारी नसतो. गाय, बैल, मेंढरे यांत मात्र धनगर त्यांचा पुढारी असतो. त्यामुळे शेवटी त्यांना कसाबखान्यात जावे लागते.

ज्यांच्याप्रमाणे हजारी एकसुद्धा नसून जे मागासलेल्यांना, खुद्द क्षत्रियांना (ज्यांनी यांचा मोंगलापासून बचाव केला व ज्यांचे पूर्वज राम कृष्ण सूर्यवंशी, सोमवंशी क्षत्रिय हे ज्यांच्या देव्हाऱ्यावर आहेत त्यांना) सुद्धा शूद्र म्हणून गोमय काय विष्ठेपेक्षाही अस्पृश्य मानितात व स्पर्श झाला म्हणजे जे स्वतःची शुद्धी करून घेतात, असे पुढारी काय कामाचे? पाश्चिमात्य देशांत, इतर कोणत्याही देशात असले पुढारी कोण कबूल करील?

पशूहून काय, गोमय किंवा विष्ठेहूनही कमी दर्जाचे आपल्या बंधू

भगिनींना व देशबांधवांना मानणाऱ्या लोकांनी पुढारी व्हायची इच्छा करणे कितीतरी बेशरमपणाची गोष्ट आहे! मला ज्या वेळी मुखत्यारी मिळाली, त्या वेळी ब्राह्मणेतर एकही वकील अगर नोकर नव्हता. परंतु त्यांना वकिलीचे ज्ञानामृत पाजल्यापासून ते वाकबगार झाले आहेत. त्याचप्रमाणे अस्पृश्य मानिलेल्या लोकांना नोकऱ्या व स्पेशल केस करून वकिलीच्या सनदा दिल्या आहेत. यात ते इतर लोकांप्रमाणे वाकबगार होतील अशी उमेद आहे. मी लवकरच लोकांना, 'सेल्फ गव्हर्न्मेंट' थोड्या प्रमाणावर देणार आहे. त्याचा फायदा सर्वांना व विशेषतः अस्पृश्य मानिलेल्यांनाही सारखा मिळावा म्हणून 'कम्युनल रिप्रेझेंटेशन'ही देणार आहे.

कित्येक म्हणतात की, राजकारणाचा व स्पृश्यास्पृश्यतेचा काय संबंध आहे? काही संबंध असल्यास आम्ही तसेही करू. पण मी म्हणतो, अस्पृश्यांना मनुष्याप्रमाणे वागविल्याशिवाय राजकारण कसे होणार? ज्यांना राजकारण करणे आहे, त्यांनी मनुष्याला मनुष्याप्रमाणे म्हणजे इतर देशांत वागवितात त्याप्रमाणे वागविले पाहिजे आणि तसे वागविल्याशिवाय देशकार्य कसे होणार? आणि असे जो वागवील, यानेच देशकार्य केले असे म्हणता येईल; इतरांनी नाही.

हिंदुस्थानशिवाय इतर कोणत्याही देशात मनुष्यास जात नाही. परंतु दुर्दैवाने हिंदुस्थानात मात्र जातिभेद इतका तीव्र आहे की, मांजर-कुत्रे किंबहुना शेणापेक्षादेखील कमी, अशाप्रमाणे आम्ही आपल्या देशबांधवांस व भगिनींस वागवितो व अजूनही आम्ही गैरशिस्त पुढारी करितो. म्हणून गरीब लोक अहमदाबाद, अमृतसरसारखे ठिकाणी व मागे मुंबईस झालेल्या दंग्यांसारख्याप्रसंगी बळी पडतात. तोंडाने बडबडणारे पुढारी आम्हास नको आहेत. कृतीने जातिभेद मोडून आम्हास मनुष्याप्रमाणे वागवितील, असे पुढारी पाहिजेत. जरी मी आंबेडकरांची निंदाच करीत आलो, तरी त्यांच्या उदार मतांबद्दल स्तुतीही करणे जरूर आहे. आज त्यांना 'पंडित' ही पदवी देण्यास तरी काय हरकत आहे? विद्वानांत ते एक भूषणच आहेत. आर्य समाज, बुद्ध समाज व ख्रिस्ती यांनी, त्यांना आपल्यात आनंदाने घेतले असते; परंतु ते तुमचा उद्धार करण्याकरिता तिकडे गेले नाहीत, याबद्दल तुम्ही त्यांचे आभार मानले पाहिजेत. मीही मानतो.

जातिभेद मोडून आपण सर्व एक होऊ या!

दि. १५ एप्रिल, १९२० रोजी नाशिक येथे 'श्री उदाजीराव मराठा विद्यार्थी वसतिगृहा'च्या इमारतीच्या पायाभरणीप्रसंगी प्रमुख पाहुणे म्हणून राजर्षी शाहू महाराजांनी केलेले हे भाषण. हिंदुस्थानला हजारो वर्षे ग्रासणाऱ्या गुलामगिरीचे मूळ जातिभेदात असून, त्याचा नायनाट झाल्याशिवाय आपल्या समाजाची खरी उन्नती होणार नाही; जातिभेद तसाच राखून जे ब्राह्मण पुढारी समाजसुधारणा करू पाहतात, त्यांच्याकडून समाजात एक प्रकारची 'धार्मिक ब्युरॉक्रसी' निर्माण होईल. तेव्हा समाजसुधारणेचा एकच तोडगा आहे आणि तो म्हणजे जातिभेद मोडून आपणा सर्वांनी एक होणे, अशा आशयाचे विचार महाराजांनी या भाषणात सडेतोडपणे प्रतिपादले आहेत :

सज्जन हो,

माझ्या प्रिय मराठे बंधूंनी मराठा विद्यार्थी वसतिगृहाच्या पायाचा दगड बसविण्याच्या महत्त्वाच्या समारंभास मला बोलावले, याचा मला मोठा आनंद वाटत आहे. मी हे काम मोठ्या हौसेने करीत आहे.

ही संस्था मराठ्यांचे कैवारी व उदार दाते श्री. उदाजीराव पवार महाराजसाहेब, धार यांच्या औदार्याने व प्रेमाने उदयास आली. हे जे रोपटे येथे लावले गेले, त्याला पाणी घालून व योग्य तऱ्हेचे खत देऊन त्याची वाढ करण्यास माळीही उत्तमच मिळाले. निरलस, स्वार्थपराङ्मुख, कर्तव्यनिष्ठ, सत्यावर अचल श्रद्धा असणारे, परोपकारी व आत्मीयता असणारे असे सेवक मिळाल्यावर कोणत्या संस्थेची वाढ होणार नाही? मराठ्यांचे पुढारीपण स्वीकारून त्या त्या कालास अनुरूप अशी

नावाजण्यालायक कामगिरी आमच्यातील पाटील वर्ग हमेशा करीत आला आहे, असे मराठ्यांचा इतिहास वरवर पाहणाऱ्यासदेखील दिसून येईल. मोठमोठ्या लढाया मारून, देश जिंकण्याच्या कामात ते कोणास हार गेले नाहीत. या सध्याच्या शांततेच्या काळातही हे मर्द अज्ञानरूपी लोकशत्रूशी झगडत आहेत. हे पाटील कुलभूषण कोण आहेत हे आपण जाणतच आहात. ते माझे मित्र रावब. थोरात पाटील, वणीकर व दादा मोरे पाटील, पिंपळगाव बसवंत हे आहेत. त्यांनी या संस्थेच्या उन्नतीकरिता किती झीज व कष्ट सोसले आहेत व स्वार्थत्याग केला आहे, हे मजपेक्षा आपणास जास्त माहीत आहे. त्यांना साहाय्य करणारे आस्थेवाईक लोक पुष्कळच आहेत. त्या सर्वांची नावे सांगणे शक्य नाही. थोडी नावे सांगून बाकिच्यांची गाळणे उचित नाही. त्या सर्वांना त्यांच्या कामगिरीबद्दल मी शतशः धन्यवाद देतो...

या बोर्डिंगचे धोरणही अनुकरणीय आहे. मराठा शिक्षण परिषदेच्या प्रसंगी मराठे लोकांच्या औदार्याने याची स्थापना झाली असताही सर्व जातींच्या मुलांस याचे प्रवेशद्वार खुले ठेवण्यात चालकांनी आपल्या मनाचा थोरपणा व उज्ज्वल देशभक्ती दाखविली आहे. सर्व माणसे एकाच ईश्वराची लेकरे असल्याने, त्यांचे परस्परांशी बंधुत्वाचे नाते आहे, हे सत्यशोधक समाजाचे मुख्य तत्त्व प्रचारात आणून आपले मनोधैर्य व सत्यनिष्ठा स्पष्टपणे दाखविल्याबद्दल येथील चालकांची तारीफ करावी तितकी थोडीच. हे 'कॉस्मापॉलिटन तत्त्व' जितक्या संस्थांतून पसरेल, तितके चांगले. त्या योगाने जातिभेद मंदावून ऐक्य होण्यास चांगले साहाय्य होते.

मी प्रथमतः अगदी कॉन्सर्व्हेटिव (Conservative) म्हणजे जुन्या मताचा कट्टर अभिमानी होतो. जातिभेद कायम राहिला पाहिजे व पाळला पाहिजे, असे माझे मत असे. अशा दुराभिमानाने इतरांची उन्नती होण्याच्या मार्गात मी अडथळा करतो, याची जाणीव मला नसे. दुसऱ्या जातीच्या लोकांनी भरविलेल्या सभेत जाऊन अध्यक्षस्थान स्वीकारणे म्हणजे आपला धर्म बुडविणे, असे मला वाटे. आजही जाती परिषदांत अध्यक्ष होणे मला पसंत नाही. पण याचे कारण मात्र पूर्वीच्या कारणाहून फार भिन्न आहे. तेव्हा मी जात्यभिमान सोडतो हे वाईट आहे, असे मला वाटे. मी जाती परिषदांस उत्तेजन दिले, तर जातिभेद तीव्र केल्याचे पाप

माझ्या डोक्यावर येईल, अशी मला आज भीती वाटते.

सर्व जातींच्या पुढाऱ्यांना माझे सांगणे आहे की, आपली दृष्टी दूरवर ठेवा; पायापुरतेच पाहू नका. जातिभेद मोडणे इष्ट आहे. जरूर आहे. जातिभेद पाळणे हे पाप आहे. देशोन्नतीच्या मार्गात हा अडथळा आहे. हा दूर करण्याचे प्रयत्न जोराने केले पाहिजेत. ही जाणीव पक्की ध्यानात ठेवून मग या दिशेचा प्रयत्न म्हणून जाती परिषद भरवा. जातिबंधन दृढ करणे, जातिभेद तीव्र होणे, हा परिणाम या परिषदांचा होऊ नये, ही खबरदारी घेतली पाहिजे.

जातिभेद हा स्वाभाविक आहे व तो पाळणे व राखणे समाजाच्या उन्नतीस आवश्यक आहे, असे प्रतिपादन बऱ्याच वेळा उच्च दर्जाच्या लोकांकडून करण्यात येते. आपला व आपल्या पुढील संततीचा उच्च दर्जा कायम राहावा व इतरांवर सत्ता गाजविण्यास मिळावी, अशी तीव्र इच्छा या प्रतिपादनाच्या बुडाशी असते. हिंदुस्थानात आहे या प्रकारचा जातिभेद पृथ्वीच्या पाठीवर कोणत्याही दुसऱ्या देशात नाही. या विश्वात दुसऱ्या कोणत्याही ग्रहावर तरी तो सापडेल की नाही याविषयी संशयच आहे! हिंदुस्थानला जी गुलामगिरी आज हजारो वर्षे भोगावी लागत आहे, तिचे प्रधान कारण हा जातिभेद आहे. जातिभेदापासून नुकसानीपेक्षा फायदाच जास्त झाला आहे, असे कोणास दाखविता येईल काय?

सर्व लोकांत जातीच्या रूपाने असे अनुल्लंघ्य भेद माजल्यावर त्यांच्यात एकी होणे फार कठीण; केवळ अशक्य आहे. काही थोडा काळ स्वार्थ साधण्यासाठी हे भेद नजरेआड करण्याचा प्रयत्न होईल. पण यापासून फलनिष्पत्ती अगदी थोडी व तात्पुरतीच. सर्व देशभर भेद मानल्यावर एकी कशी होणार? ती मुळीच शक्य नाही. 'जातिभेद असू द्या; पण जातिद्वेष मात्र नको,' असे म्हणणारे पुष्कळ आहेत. हे मत प्रामाणिकपणाचे असल्यास त्यांच्या अज्ञानाची कीव केली पाहिजे. कारण जातिभेदाचे कार्य जातिद्वेष हे आहे. तेव्हा कार्य नाहीसे करण्यास कारणही काढून टाकले पाहिजे.

जातिद्वेष हा हिंदुस्थानचा फार पुराणा रोग आहे. परशुरामाने निःक्षत्रिय पृथ्वी केली, या म्हणण्यात जातिद्वेषाचे प्रतिबिंब पूर्णपणे पडलेले दिसेल. पेशव्यांनी ब्राह्मणेतरांच्या घरावर गाढवाचे नांगर फिरविले, याचेही कारण तेच. त्यांच्या शेंड्या व जानवी श्री शिवाजी महाराज व मराठे वीर यांनी

रक्षण केली तेच ब्राह्मण, मराठे शूद्र आहेत असे बिनदिक्कत प्रतिपादन करतात, याचे कारण दुसरे कोणते? या जातिद्वेषाची उचलबांगडी करावयाची असेल, तर जातिभेदच मोडला पाहिजे. जातिभेद मोडून आपण सर्व एक होऊ या.

माझ्यावर असा आरोप आहे की, मी जातिभेद नसावा, अशा मताचा असूनही जातिमत्सर वाढवीत असतो. हा आरोप अगदी मिथ्या आहे. जातिमत्सर वाढविण्याचा माझा प्रयत्न मुळीच नाही. जात्यभिमानाच्या, शिवाजी महाराजांच्या किंवा धर्माच्या आड राहून मी गोळ्या मुळीच मारीत नसतो. अशा आडून गोळ्या मारण्याचा मी धिक्कार करतो. माझ्या मागासलेल्या बंधू-भगिनींना गुलामगिरीत लोटू पाहतात त्यांचा मी धिक्कार करतो. मागे पडलेल्यांना मी सारखे, म्हणजे एका जातीचे समजतो व त्यांना वर आणण्याचा प्रयत्न करतो. हे माझे पवित्र कर्तव्य आहे असे मी समजतो. असे मी न करीन, तर मी कर्तव्यविन्मुख झालो, असे माझे मन मला टोचील. या मागासलेल्या जातीला वर आणण्याचे प्रयत्न झाले नाहीत, तर जातिभेदाचे कट्टर अभिमानी वीर तिला दडपून टाकल्याशिवाय राहणार नाहीत. यासाठी मागासलेल्यांचा कैवार घेणे, हे जातिद्वेष वाढविणे नव्हे, हे उघड आहे.

जातिभेद मोडून, केवळ जन्माच्या सबबीवर दुसऱ्यास हीन मानण्याचे नाहीसे होईल व या रीतीने जातिद्वेषाचा नायनाट होईल तो सुदिन, असे मी समजेन! मी जातिभेद नसावा म्हणतो व जातिभेद मोडण्याचा जाहीर रीतीने प्रयत्नही करतो. तथापि माझ्या सभोवतालच्या लोकांतून जातिभेदाचे बंध मला तोडता येत नाहीत. म्हणूनच मी तुमचा अध्यक्ष होण्यास खरोखर योग्य नाही. मी असे काही मूर्ख लोक पाहतो, की ते आपल्या बंधू-भगिनींना पशूपेक्षा व गोमयाहूनही नीच समजतात. पण सर्व लोकांचे आपण पुढारी आहोत, असे भासवून तुमचे चांगले करू अशा थापा देऊन फसविण्यात त्यांना शरम वाटत नाही

जपानातील सामुराई लोकांनी आपला जन्माने प्राप्त झालेला उच्च दर्जा सोडून दिला म्हणून जपानमध्ये ऐक्य होऊन त्या देशाची उन्नती झाली. त्याप्रमाणे ब्राह्मणांनी जातिमत्सर सोडल्याशिवाय आमच्या लोकांची उन्नती होणार नाही. सर्व जातींना हात देऊन त्यांना आपल्याबरोबर घेऊन सर्वांची स्थिती सुधारणे, हे काम क्षत्रियांनी अवश्य केले पाहिजे.

ते त्यांचे कर्तव्य आहे. ब्राह्मण लोकांना जन्मसिद्ध धार्मिक बाबतीत श्रेष्ठपणा आहे. त्याच्या जोरावर त्यांची एक 'धार्मिक ब्युरॉक्रसी'च झाली आहे. ही ब्युरॉक्रसी मोडल्याशिवाय व सर्वांस धार्मिक बाबतीत सारखे हक्क मिळाल्याशिवाय कधीही देशोद्धार होणार नाही. यासाठी आमच्या लोकांनी ब्राह्मणांकडून पूजा करविणे व त्यांच्याकडून धर्मकृत्ये चालविणे, हे सोडले पाहिजे. तसेच त्यांच्याकडून धर्मग्रंथ किंवा कथापुराणे वगैरे ऐकणे, हेही सोडले पाहिजे. नाहीतर ब्राह्मणांच्या श्रेष्ठपणाच्या कथाच आमच्या लोकांच्या कानावर येणार. आमचेच पूर्वज राम-कृष्ण यांची पूजा ब्राह्मण लोक करितात यावरून ब्राह्मणांचा दर्जा व जात आमच्यापेक्षा हलकी आहे, हे उघड आहे. असे असूनही ते आम्हास हीन लेखतात. तेव्हा त्यांना सोडून आमची कामे आम्हीच चालवावीत, असे माझे ठाम मत आहे. मी इतके स्पष्टपणे बोलत आहे त्याची माफी असावी.

मी ब्राह्मणांवर प्रेम करीत असताही जर ते माझा द्वेष व तिरस्कार करतील, तर मलाही जशास तसे वागावे लागेल. त्यांची माझ्याशी प्रेमाची वागणूक आढळून येईल, तरच मी माझ्या घरच्या देवांची पूजा व इतर धर्मकृत्ये ब्राह्मणांकडून करवून घेण्याचे चालू ठेवीन. नाहीतर ब्राह्मण पुजाऱ्यांना बंद करून माझ्या घरच्या देवाची पूजा मी मराठे पुजाऱ्यांकडून करवून घेईन. ते मला मनुष्य समजत असतील, तरच त्यांच्याकडे पुजारीपणा ठेवीन आणि जर का ते मला जनावराप्रमाणे समजतील, तर मी ठेवणार नाही.

ब्राह्मणांनी एक तर सामुराई लोकांप्रमाणे जातिमत्सर सोडले पाहिजेत, तरच जपानी लोकांप्रमाणेच देशाची उन्नती होईल; नाहीतर मुळीच होणार नाही. क्षत्रियांचे मात्र कर्तव्य आहे की, सर्व ज्ञातींना हात देऊन चालविणे. ब्राह्मणांची 'रिलिजस ब्युरॉक्रसी' (Religious Bureaucracy) तुटून पडल्याशिवाय कधीही देशोद्धार होणार नाही. सबब ब्राह्मण पुजारी व ब्राह्मणांकडून धर्म ऐकण्याचे सोडले पाहिजे.

'लोकसंग्रह'चे एडिटर विद्वान व माझ्यापेक्षा शहाणे आहेत. मी त्यांचा कित्ता घ्यावा हे बरोबर आहे. त्यांनी माझ्या भाषणाचा विपर्यास केला आहे. सर्व भाषण वाचून माझी योग्य चूक दाखवून, तसे त्यांनी माझ्या पदरात घातले असते, तर त्यांचे ते कृत्य वंद्य व पूज्य मानले

असते. त्यांचा 'हम करे सो कायदा' चालणार नाही. प्रेमाने प्रेम वाढते व द्वेषाने द्वेष वाढतो. प्रेमाने जनावरास वागविले, तर ते जनावरदेखील उलटे प्रेम करते. मी स्पोर्ट्समन आहे. मी माझा चित्ता आफ्रिकेहून आणविला आणि तो कोल्हापुरापासून दोनशे मैलांवरील जंगलात सोडला. तेथून तो मालकास हुडकीत परत आला. जनावरे प्रेमाने वागविली, तर इतके प्रेम दाखवितात. तोच चित्ता जुलमाने वागविला असता तर पळून गेला असता, मनुष्याला चावला असता; हे आमच्या पुढाऱ्यांना कळू नये काय? इतरांना हीन किंवा अस्पृश्य म्हणण्यात त्यांचा काय मोठेपणा वाढणार आहे?

मुंबई, सोलापूर, अहमदाबाद, अमृतसर व लाहोर वगैरे ठिकाणी जे दंगे झाले, त्यात सुशिक्षित पुढारी मागे राहून गरीब लोकांवर प्रसंग आला, याचे कारण त्यांचे अज्ञान. पुढाऱ्यांचा कावा त्यांना समजला नाही. लोकांस थोडे जरी शिक्षण असते, तरी असे प्रकार झाले नसते.

महात्मा गांधी, डॉक्टर सत्यपाल व किचलू यांच्याविषयी माझी मोठी पूज्य बुद्धी आहे. हे दंगे त्यांनी मुद्दाम करविले असे म्हणण्याचे धार्ष्ट्य मी केव्हाही करणार नाही. त्यांच्या हाताखालच्या लोकांच्या चुका झाल्या व या चुकांचे शिंतोडे या थोर विभूतींवर उडाले, एवढेच मी म्हणतो. 'राजकारण' कर्त्यासारख्या मजवर टीका करणाऱ्यास माझी विनंती आहे की, त्यांनी माझे समग्र भाषण देऊन, प्रत्येक पॅराग्राफसमोर त्यावर आपली टीका असेल ती छापावी. असे केले म्हणजे लोकांस आपले मत देण्यास बरे पडेल. अर्धाअधिक मजकूर गाळून थोडेसे अवतरण घेतल्याने माझ्या सांगण्याचा विपर्यास होतो. 'राजकारण' कर्त्यास अशी विनंती करणे हे मी मोठे धाडस करितो, अशीही भीती वाटते. कारण मग त्यास विरुद्ध टीका करण्यास स्थळे कमीच मिळतील.

युरोपातील किंवा आमच्या देशातील थोर पुरुषांचे वर्तन भेद मोडण्याच्या आवश्यकतेची साक्ष देत आहे. ल्यूथर व श्री शिवाजी महाराज यांची चरित्रे आम्हांस हेच शिकवितात. श्री शिवाजी छत्रपतींनी तर मुसलमानांचे मराठे करून घेतले व देशकार्याकरिता महार-मांगांचे रिसाले व तोफखाने तयार करून स्पर्शास्पर्शाच्या विचारास जबरदस्त धक्का दिला.

आमचे खरे महात्मा बादशहा अकबर शहा आहेत. ज्याने हिंदू-मुसलमानांची एकी घडवून आणली व खुद्द स्वतः जोधाबाई नावाच्या

रजपूत स्त्रीशी लग्न करून तिला हिंदूच राहू दिले व सूर्याला अर्ध्य देण्यासाठी लाखो रुपये खर्च करून व्यवस्था केली, त्याची साक्ष हल्ली आगऱ्याचा किल्ला देत आहे. जी गोष्ट विसाव्या शतकात अशक्य आहे, ती सतराव्या शतकात यवन बादशहाने शक्य केली होती.

इंग्रजी राज्याचे धोरण प्रजेस विद्या देणे हे आहे. इंग्रजांनी शिक्षणाची द्वारे सर्वांना खुली केली. महाराणी व्हिक्टोरिया व त्यांचे पुढील राजे यांच्या कारकिर्दीत सर्व जातींना विद्यामृतपानाची जशी संधी मिळाली, तशी राम-कृष्णांच्या काळीही कोणास मिळाली नाही. परंतु विद्यामृतपानाची मोकळीक सर्वांस झाली, तरी त्या पोथ्या बहुतांशी ब्राह्मणांच्या ताब्यात राहिल्याने, हे अमृत ब्राह्मणेतरांपैकी फारच थोड्यांस मिळाले. बहुतेक फायदा ब्राह्मणांचाच झाला. यामुळे आता स्वराज्याच्या हक्काची मागणी करताना त्यांचीच ओरड जास्त आहे व स्वराज्याचे अधिकार मिळतील ते सर्व आपल्या ताब्यात राहावेत, अशी त्यांची खटपट आहे. हे अधिकार त्यांच्या एकट्याच्या पदरात पडू नयेत, इतर जातींसही त्यात हिस्सा मिळावा, असे प्रतिपादन करणारे लोक त्यांस देशद्रोही, देशबुडवे दिसतात. जातवार प्रतिनिधीचा हक्क मागणाऱ्यांना अशा शेलक्या शिव्या व शाप देण्यात येत आहेत.

माझ्या चिमुकल्या राज्यातील प्रजाजनांनी एका बाबतीत तरी विशेष नाव कमविले आहे, हे मी अभिमानपूर्वक सांगतो. त्यांचे उदाहरण लोकांपुढे आल्याने हा कित्ता पुष्कळ ठिकाणी गिरविला गेला आहे. ब्रिटिश पार्लमेंटला 'मदर ऑफ पार्लमेंट्स' (Mother of Parliaments) असे मोठ्या अभिमानाने इंग्रजी व इतर लोक म्हणतात. त्याप्रमाणे कोल्हापुरास 'मदर ऑफ बोर्डिंग हाऊसेस' (Mother of Boarding Houses) म्हणजे 'विद्यार्थी वसतिगृहांची माता' असे सार्थ यश मिळाले आहे. तेथे मराठा, जैन, लिंगायत, सारस्वत, मुसलमान, दैवज्ञ, पांचाळ, शिंपी, कायस्थ प्रभू यांच्या मुलांकरिता विद्यार्थी वसतिगृहे आहेत. आर्य समाज सर्वांस सारखे लेखून गुरुकुल चालवीत आहे.

शिवाय अस्पृश्य लोकांच्या विद्यार्थ्यांकरिता अशी संस्था काढून अस्पृश्यांचा अस्पृश्यपणा काढून टाकण्यामध्येही गरीब अशा कोल्हापूरच्या लोकांनी पुढाकार घेतला आहे. मागासलेल्या लोकांपैकी काही लोकांस वकिलीचीही परवानगी देण्यात आली आहे. समाजातील कृत्रिम उच्च-

नीच भाव नाहीसे करणे, तसेच स्त्रियांची योग्यता वाढविणे, या संबंधाने समाजसुधारणेस साहाय्य करणारे असे प्रगतिपर कायदे करण्यातही कोल्हापूरचा पाय पुढेच आहे. या कामी मनःपूर्वक उत्साहाने मदत देणाऱ्या माझ्या लाडक्या प्रजेचे मी अभिनंदन करितो व त्यांस धन्यवाद देतो !

सर्व जातींचे लोक पुढे येऊन सामाजिक, औद्योगिक, शिक्षणविषयक, सरकारी नोकर वगैरे सर्व बाबतींत आपापली जबाबदारी पुरी पाडण्याचे सामर्थ्य त्यास येणे याला मी 'जातवार प्रतिनिधित्व' (Communal Representation) म्हणतो. मागे पडलेल्यांना अशा प्रकारे पुढे येण्यास उत्तेजन देणे, हे माझे कर्तव्य आहे असे मी मानतो. जनतेला व त्याचप्रमाणे हीन स्थितीतील लोकांस वर काढण्यास मी हातभार लावीत असतो. वयात आलेल्या व आपले हिताहित कळणाऱ्या मुलाकडे लक्ष देण्याची आई-बापास जरुरी नसते. पण जी अज्ञान आहेत, ज्यांना चालता येत नाही, ज्यांना धड उभे राहता येत नाही, त्यांची काळजी आई-बापास जास्त घ्यावी लागते. कोणास हाताचा आधार द्यावा लागतो व कोणास उचलूनही घ्यावे लागते. असे करणारे आई-बाप योग्य तऱ्हेने आपले कर्तव्य बजावितात, असे होते. सर्व मुलांस सारखे वागवीत नसल्याने, ते मुलामुलांत पक्षपात करतात, असा त्यांच्यावर आरोप करणे हे अधमपणाचे होईल. हेच तत्त्व लक्षात घेऊन मी अगदी निकृष्ट स्थितीत असलेल्या जातींस जास्त उत्तेजन देत आहे. त्यांना नोकऱ्या सढळ हाताने दिल्या जात आहेत व वकिलीच्या सनदाही त्यांना देऊन त्यांचे शिक्षण, दर्जा व महत्त्व वाढविण्यात येत आहे. याप्रमाणे विद्यामृताचे झरेच त्या त्या जातींना दाखवून दिले असल्याने, त्यांची उन्नती झपाट्याने होईल, अशी मला मोठी आशा आहे. ब्राह्मणेतरांनाही याच तत्त्वावर विशेष उत्तेजन मला द्यावे लागले. या माझ्या सरळ वर्तनास ब्राह्मणद्वेष असा खोटा दोष लावण्यात येत आहे. पण हा आरोप कदाचित प्रामाणिकपणाने करण्यात येत असेल!

अलीकडचे काही राजकारणी ब्राह्मण म्हणतात की, ब्राह्मणच आजपर्यंत पुढारीपणा घेत आले व आताही घेत आहेत; म्हणून त्यांचा हेवा वाटून त्यांचे पाय मागे ओढण्याकरिता जातवार प्रतिनिधीसारख्या मागण्या केल्या जात आहेत. पण खरी स्थिती तशी नाही. आमची ब्राह्मणबंधूंस

हीच विनंती आहे की, आपण या कामी फार पुढे गेलेले आहात. आपणांस धावण्याची शक्ती आहे. आम्ही आता कोठे रांगत आहोत. आमचे श्रम वाचविण्याकरिता आमच्यावरील प्रेमामुळे आपण आम्हास उचलून नेण्यास तयार आहात. पण आपल्या प्रेमाचा व कळकळीचा परिणाम आमच्या नुकसानीचा होईल. आम्हाला आपण रांगू दिले नाही व पडतझडत उभेही राहू दिले नाही, तर आम्ही कायमचे पंगू होऊ. याकरिता आपण आमच्या रांगण्याचे व उभे राहण्याचे कौतुक करा व उत्तेजन द्या; प्रतिबंध करू नका. आमची धडपड आमच्या अंगी शक्ती येण्यासाठी आहे. आपल्या द्वेषामुळे आम्ही ती करितो, ही आपली समजूत चुकीची आहे, असे आम्ही आमचे पुढारी म्हणविणाऱ्यांना नम्रपणे सांगतो.

काही वर्तमानपत्रांचा माझ्यावर असा आरोप आहे की, मी माझ्या लोकांस स्वराज्य देण्यास बिलकूल कबूल नाही. हा आरोप अगदी खोटा असून, तो माझ्याविषयी गैरसमज व्हावा म्हणून, माझ्या म्हणण्याचा विपर्यास करून मुद्दाम करण्यात येत आहे. याबद्दल मला फार दिलगिरी वाटते. ज्या भाषणसंबंधाने हा आरोप करण्यात येतो ते भाषण करताना मी म्हणालो होतो :

"But If I may be allowed to express an opinion at this stage, I would only say that I, for one, would hesitate to make any constitutional changes in my state in the direction of the Reforms until the general level of education among the masses has risen and is, at least, partially equalised with that of the higher classes."

(बहुजन समाजाचा शिक्षणाबाबतीतला दर्जा वाढून, वरिष्ठ वर्गांच्या बरोबरीने अंशतः तरी तो आल्याशिवाय सुधारणेच्या दिशेने माझ्या संस्थानच्या राज्यकारभारात लोकांस हक्क देण्याविषयीचा बदल करण्याला हात घालण्यास मी धजणार नाही.)

यावरून माझ्या म्हणण्याचा विपर्यास मुद्दाम कसा करण्यात आला हे आपल्या ध्यानी येईलच. मतदारसंघास आपले हक्क समजून त्यांचा उपभोग घेण्याची पात्रता थोड्याबहुत अंशाने तरी त्यांच्या अंगी येण्यापूर्वी व लहानसहान जातीसदेखील विद्येची गोडी लागण्यापूर्वी स्वराज्य देणे मला सुरक्षित वाटत नाही.

शेकडा ७०/८० लोकांची तयारी नसताही असे अधिकार लोकांस दिले गेल्यास ते अल्पसंख्याकांच्या हातात पडतात व जातिभेदाने जखडलेल्या आमच्या देशात ते एकाच जातीच्या हाती जाऊन स्वार्थबुद्धीने त्यांना इतरांचे भयंकर नुकसान करण्यास संधी मिळते. आर्य व अनार्य यांचा मागील इतिहास, त्याचप्रमाणे पेशवाईचा अलीकडील इतिहास या माझ्या म्हणण्यास भक्कम पुरावे देतील. स्वार्थाची साधने हाती आली म्हणजे चांगले लोकही वाईट व जुलमी होतात. मग ज्यांनी आज पिढ्यान्‌पिढ्या इतरांस गुलामगिरीत खितपत ठेविले आहे व ज्यांची इच्छा तसेच वागण्याची उघडउघड दिसत आहे, त्यांच्या हाती सर्व सत्ता जाऊ नये याविषयी खबरदारी घेण्याची केवढी आवश्यकता आहे, हे सांगण्यास पाहिजे असे नाही. माझ्या भाषणाचा आशय असाच आहे. 'केसरी' वगैरे जहाल पत्रांचे धोरण व कावा कसा आहे हे आपणांस माहीत आहेच. प्राथमिक शिक्षण सक्तीचे करण्याच्या अगोदर सध्या उपयोगात असलेली शाळागृहे विस्तृत व हवेशीर केली पाहिजेत व तिकडे खर्च करण्याची जास्त जरूर आहे हे 'केसरी'चे प्रतिपादन कोणाही सरळ बुद्धीच्या माणसास चीड आणील. 'No Cake to a few until all are served with bread' हे इंग्लडातील मजूर पक्षाचे धोरण आहे. पण येथे शेकडा ९० लोक उपाशी आहेत व दहा लोक खात आहेत. उपाशी लोकांना कोंड्याच्या भाकरीचीही सोय करण्याअगोदर या दहांच्या पोळीवर साजूक तूप वाढा, असा ओरडा करणाऱ्यांना रयतेची कळकळ कितपत आहे उघड होत आहे. लिंगायत, जैन वगैरे व्यापारी वर्गाने कौन्सिलात जाऊन काय तागडी धरावयाची आहे? शेतकऱ्यांनी काय तेथे नांगर चालवावयाचा आहे? असे कुत्सित विचार आपल्या पत्रात घालण्याची व सभेत बोलण्याची यांना लाज कशी वाटत नाही, हे मला समजत नाही. इंग्रज अधिकाऱ्यांच्या हातून सत्ता काढून घेऊन ती विद्यासंपन्न अशा अल्पसंख्याक ब्राह्मण वर्गाच्या हाती देणे, मला बिलकूल पसंत नाही. परशुरामाच्या वेळेपासून आजपर्यंत इतिहास काय सांगतो? विद्येचा महिमा फक्त आपणाकडेच ठेवून इतरांस विद्येपासून दूर ठेवण्याचा अखंड पद्धतशीर प्रयत्न सतत करून 'ब्राह्मण ब्युरॉक्रसी'ने या दक्षिणेत इतरांस गुलामाच्या स्थितीस कसे आणिले आहे, ही गोष्ट विसरणे फार कठीण आहे.

खालच्या वर्गाच्या लोकांच्या बुद्धीवर व ज्ञानावर हे जे जड जुलमी जू लादले आहे, ते झुगारून देण्याची शक्ती समाजाच्या अंगी येण्यास सक्तीच्या व मोफत प्राथमिक शिक्षणाची फार जरुरी आहे. असले शिक्षण मी माझ्या रयतेस देण्यास प्रारंभ केला आहे; त्याकरिता सक्तीच्या शिक्षणाचा कायदा करून तो जारीने अमलात ठेविला आहे. यामुळे पुढील पिढी तरी लवकरच लिहिणारी-वाचणारी होईल, अशी मला खात्री आहे.

प्राथमिक शिक्षणावर माझा भर आहे. तरी दुय्यम व उच्च शिक्षणाकडे माझे लक्ष कमी नाही. माझे संस्थान सातारा व बेळगाव या जिल्ह्यांपेक्षा लहान असताही आमच्याकडे सात हायस्कुले चालू आहेत. दोन लवकरच सुरू होतील. शिवाय युनिव्हर्सिटीचे पुरे शिक्षण देणारे एक कॉलेजही आहे.

माझ्या रयतेमध्ये प्राथमिक व उच्च शिक्षणाचा प्रसार करण्याची माझी इतकी जोराने खटपट चालली आहे; यावरून शक्य तितक्या लवकर रयतेस स्वराज्य देण्याचे माझे धोरण आहे, हे आपले ध्यानी येईलच. माझी सर्व प्रजा, मराठी तिसरी इयत्ता तरी शिकून झाली असती, तर त्यांना राज्यकारभाराचे हक्क आनंदाने देऊन मी आजच विश्रांती घेतली असती. आज पिढ्या न् पिढ्या जी रक्कम माझे पूर्वज व मी खासगी खर्चाकरिता घेत आहोत, तितकीच रक्कम माझ्या प्रजेला विनंती करून त्यांच्याकडून घेऊन बाकीच्या उत्पन्नाची व्यवस्था माझ्या प्रजेच्या प्रतिनिधींनी प्रजेच्या सुखाच्या व उन्नतीच्या प्रीत्यर्थ खर्च करावी, असे मी ठरविणार आहे.

आज राज्यकारभाराचे सर्व काम मलाच करावे लागत आहे. प्रजेवर फक्त कर देण्याची जबाबदारी आहे. पुढे, कर देणे व योग्य तो खर्च करणे ही जबाबदारी रयतेवर पडेल. पण माझी प्रजा ही जबाबदारी घेण्यास अगोदर पूर्णपणे नसली, तरी अंशतः पात्र झाली पाहिजे. म्हणजे रयतेतील थोडासा भाग पूर्ण सुशिक्षित होण्यापेक्षा सर्व रयतेला प्राथमिक शिक्षणाचा थोडातरी अंश मिळाला पाहिजे, असे माझे मत आहे. रयतेतील मोठा भाग अडाणी राहिला, थोडेसे लोक विद्याचारसंपन्न झाले व प्रजेस अधिकार दिले, तर ते या थोड्या लोकांच्या हाती पडणार व एक 'स्वदेशी ब्युरॉक्रसी' तयार होणार. या 'सुशिक्षित ब्युरॉक्रसी'चा

कारभार आमच्या ओळखीचा आहे. फार लांब कशाला, मराठ्यांचा इतिहास पाहा. शाहू महाराजांची भूल होऊन पेशव्यास अधिकाधिक सत्ता बळकाविण्यास संधी मिळाली. याचा परिणाम छत्रपतींचा कारागृहवास हा झाला. जातिभेद तीव्र झाले, जातिमत्सर वाढला व अस्पृश्यांस तर गळ्यात गाडगे व कंबरेस फेसाटी बांधून फिरावे लागे. हा प्रसंग कुठेही पुनः येणे चांगले नाही. याकरिता अधिकारदान करण्यापूर्वी सर्व लोकांत विद्याप्रसार करण्याकडे लक्ष देणे जरूर आहे.

मुलगा कर्ता झाल्यावर त्यावर संसाराचा भार टाकून विश्रांती घेण्याची आमची आर्यपद्धती आहे. त्याप्रमाणे माझ्या प्रजेची योग्यता वाढवून, त्यांच्या हाती सर्व कारभार सोपवून, माझ्या खर्चापुरती एक ठरीव रक्कम पेन्शनदाखल घेऊन मी केव्हा मोकळा होईन, असे मला झाले आहे. हा माझा हेतू जगदीश कृपेने लवकरच पूर्ण होवो.

माझ्या म्हणण्याचा विपर्यास होऊ नये म्हणून मी पुन्हा माझे म्हणणे स्पष्ट करतो. गाड्याची दोन्ही चाके चांगली व मजबूत पाहिजेत. त्याशिवाय गाडा बरोबर चालणार नाही. तसेच गाड्याचे जूंही मजबूत पाहिजे. इंग्रजी मुलखात सुधारणेच्या नवीन कायद्याने नोकरशाही व लोकशाही यांच्यामध्येच सत्ता विभागली गेली आहे. यामुळे नोकरशाहीच्या हातची सत्ता क्रमाक्रमाने लोकांकडे जाण्याची तजवीज करण्यात आली आहे. पण संस्थानी मुलखात ही पद्धती उपयोगी पडेल असे वाटत नाही. कारण तेथे सत्ता चार ठिकाणी विभागली जाणार; प्रजा, नोकरशाही, राजा व ब्रिटिश गव्हर्न्मेंट अशी चार शकले राजसत्तेची करून क्रमाने अधिकार प्रजेकडे देणे सोयीचे नाही. त्यापासून पुष्कळ अडचणी उत्पन्न होतील. माझ्या रयतेस कर्तव्याची जाणीव पूर्णपणे आली म्हणजे एकदम सर्व राज्यकारभार त्यांच्याकडे सोपविण्यास मी केव्हाही तयार आहे. एवढी जबाबदारी ओळखण्याची पात्रता रयतेत येईपर्यंत माझे मन फार साशंक राहील. प्रजेला पूर्ण हक्क दिले म्हणजे राजा फक्त नावाचा मार्गदर्शक. संस्थानची प्रजा ही ब्रिटिश सरकारास जबाबदार राहणार. अशी भिन्न परिस्थिती असल्याने खालसातील सुधारणांच्या योजना सर्वांशी लागू करणे धोक्याचे आहे. यासाठी ही सुधारणा घडवून आणण्यास उपाययोजना चांगली विचारपूर्वक झाली पाहिजे.

'आधी राजकीय सुधारणा की आधी सामाजिक सुधारणा' हा वाद समंजसपणाचा नाही. या सुधारणा स्वतंत्र नाहीत. एकात एक गुंतलेल्या आहेत. जणू काय या दोन सुधारणा राष्ट्रोन्नतीच्या गाड्याची दोन चाके आहेत! एकच चाक लावून गाडा सुरक्षित नेणे शहाणपणाचे होईल काय? या गोष्टी विचाराने सिद्ध आहेत. पाश्चात्त्य देशांचा अनुभवही हेच सांगतो. राजकीय सुधारणा अगोदर पाहिजेत. सामाजिक सुधारणेची तूर्त जरुरी नाही, असे प्रतिपादन ऐकू येते, तेव्हा तेथेच काहीतरी पाणी मुरत आहे असे समजावे. हे बोलणे कपटी काव्याचे असते. वास्तविक पाहता, इंग्रज सरकारने प्रजेत शिक्षणाचा सार्वत्रिक प्रसार करण्याचे काम आपल्या प्रत्यक्ष नजरेखाली घेऊन ते योग्य प्रकारे फैलावल्यावर मग स्वराज्याचे हक्क रयतेच्या स्वाधीन करणे हेच योग्य आहे. बरे असो. आजपर्यंत झाले ते झाले. आता तरी मिळालेल्या स्वराज्याच्या हक्काची जबाबदारी ओळखून पुढारलेले लोक स्पर्शास्पर्शाचे बंड मोडून, इतर सुधारलेल्या लोकांप्रमाणे सर्व प्रजाजन आपले देशबांधव आहेत अशी जाणीव बाळगून, निःपक्षपातीबुद्धीने त्यांना विद्या देतील व माझे मित्र राबवहादूर थोरातांचे उदाहरण गिरवितील, अशी मी आशा करितो.

शेवटी आजच्या प्रसंगी 'राजकारण' पत्राचे सुप्रसिद्ध संपादक रा. दामले, बी.ए. एलएल. बी. यांचे मनःपूर्वक आभार मानितो. कारण त्यांनी माझ्या बऱ्याच चुका माझ्या नजरेस आणिल्या आहेत. अशाच माझ्या चुका त्यांनी वरचेवर काढाव्यात व मला सुधारावे. ते माझ्यापेक्षा अनुभवाने व म्हणून वयाने वृद्ध आहेत. शिक्षणात तरी त्यांची माझी तुलना होणेच नाही. त्यांनी आपले आयुष्यच देशकार्यास वाहिले आहे. 'राजकारण' (Politics) हा तर त्यांचा आवडीचा विषय. रात्रंदिवस या विषयाचा निदिध्यास. राजकारणी लोकांत यांचे हमेशाचे वागणे. माझे सारे आयुष्य घोडे व जनावरे यांची पैदास करणे, शिकार खेळणे व मल्लविद्या व इतर शरीरवृद्धीचे खेळ, यात गेले. राजकारणाचा अभ्यास माझ्या हातून झालेला नाही. दामले माझे गुरू होण्यास योग्य आहेत. त्यांनी माझ्या चुका वारंवार काढाव्यात व त्या दुरुस्त कराव्यात. त्यांनी मला भेटून युक्तिवादाने माझी खात्री करावी, म्हणजे माझी वास्तविक सुधारणा होईल. माझी जी प्रामाणिक समजूत आहे किंवा होईल त्याप्रमाणे

मी बोलतो व वागतो. याला पाहिजे तर दुराग्रह म्हणा. प्रत्येकाला भाषणस्वातंत्र्य या दिवसात आहे, अशी माझी समजूत आहे. त्याप्रमाणे मी वागत आहे. माझ्या कल्याणाची अशीच आस्था 'राजकारण'कर्ते व इतर देशभक्त यांनी बाळगावा, अशी माझी त्यांना विनंती आहे.

विद्यामृतासाठी तुम्हीच कंबर कसा!

नाशिक येथे 'निराश्रित सोमवंशीय समाजा'ची सभा भरली होती (दि. १६ एप्रिल १९२०). या सभेस जमलेल्या मध्यमवर्गीय समाजासमोर बोलताना राजर्षी शाहू महाराजांनी अस्पृश्य वर्गाच्या उद्धारासंबंधीचे ब्राह्मण पुढाऱ्यांच्या तथाकथित तळमळीचे पितळ उघडे पाडले आहे. अस्पृश्यांनी आपला उद्धार आपल्या प्रयत्नांनीच करावयास हवा व त्यासाठी विद्यामृत हीच खरी संजीवनी असल्याचे त्यांनी सांगितले आहे. प्रस्तुत भाषणात गांधीजींविषयी महाराजांनी आपला पूज्यभाव व्यक्त केला असून, त्यांना 'अवतारी' माणूस असे म्हटले आहे.

मित्र हो,

आजच्या या सभेच्या प्रसंगी तुम्ही मला प्रेमाने आमंत्रण केले, याबद्दल मी तुमचा आभारी आहे. तुमची ही संस्था पाहून मला फार संतोष वाटतो.

हल्लीच्या तीव्र जीवनकलहाच्या काळात कोणताही समाज शिक्षणसंपन्न असेल तरच तो टिकाव धरू शकेल, ही गोष्ट तुमच्यातील पुढाऱ्यांना पटली आहे; याचा मला आनंद वाटतो. तुमच्यासारख्या हतभागी व विपन्न ज्ञातीला पुढे यायचे असेल, तर त्याबद्दलचा प्रयत्न तुम्हांतील पुढाऱ्यांनीच केला पाहिजे. स्वावलंबन ही यशाची किल्ली आहे. या दृष्टीने, या संस्थेचे चालक जे तुम्हांपैकीच आहेत, त्यांचे अभिनंदन करावे तितके थोडेच !

आता, मी एका नेटिव्ह संस्थानचा राज्यकर्ता असल्याने ब्रिटिश

मुलखात येऊन मी भाषणे का करावी, असा माझ्यासंबंधाने एक आक्षेप घेण्यात येतो. त्यास, एक तर मी राजा या नात्याने तुम्हांत आलो नसून आपल्या कोट्यवधी देशबंधूंचा एक हितचिंतक व सेवक या नात्याने आलो आहे; म्हणून जर कोणी प्रेमाने माझे विचार मला विचारले, तर ते न सांगणे हे सभ्यपणाचे होणार नाही; किंबहुना विचारणाऱ्यांचा मी त्यात उपमर्द केला असे होईल. शिवाय दुसरे असे की, नेटिव्ह संस्थाने, ही साम्राज्याशी एकजीव झालेले त्यांचे अवयव आहेत. साम्राज्यातील कोट्यवधी व्यक्तींचे साम्राज्याशी प्रजा या नात्याने किंवा सनदा, तहनामे इत्यादी द्वारांनी संबंध जोडलेले आहेत. अर्थात हा संबंध कोणताही असला, तरी साम्राज्यातील आम्हा सर्वांचे हितसंबंध एकच आहेत, म्हणून साम्राज्याच्या व त्यातील प्रजाजनाच्या कल्याणाच्या गोष्टींत मन घालून त्यासंबंधी आपले विचार प्रदर्शित करणे, यात वावगे असे काहीच नाही. किंबहुना तो माझा हक्कच आहे, असे मी मानतो.

आमच्या धर्मात जातिभेदामुळे जो उच्चनीचपणा आलेला आहे, तशा प्रकारचा जन्मजात भेदभाव जगाच्या पाठीवरील दुसऱ्या कोणत्याही धर्मात नाही. या जातिभेदाचे अत्यंत हिडीस स्वरूप जर कोठे असेल, तर इतर जातींकडून तुम्हाला ज्या रीतीने वागविण्यात येते त्या रीतीत दिसून येते. तुम्ही आमचे बंधू असता तुम्हाला अस्पृश्य म्हणून लेखून, मांजरे-डुकरे-कुत्री यांपेक्षाही तुम्हाला नीचपणाने वागविण्यात येते, ही किती लज्जेची गोष्ट आहे बरे! ही अस्पृश्यता अलीकडे केव्हातरी मध्येच घुसडून दिली असली पाहिजे. कारण या नाशिकसारख्या क्षेत्राच्या ठिकाणी अनादी कालापासून महार लोकांच्या स्नानाचे कुंड इतर जातींच्या कुंडांमध्येच आहेत. अर्थात त्या ठिकाणी स्पर्शास्पर्शाचा विधिनिषेध असणे शक्य नाही. असे असता, हल्लीच्या व्यवहारात तुम्हाला आम्ही अस्पृश्य म्हणून दूर ठेवतो, ही किती शरमेची गोष्ट आहे! या प्रकारासंबंधाने समाजातील श्रेष्ठ जातींना जसजशी खंत वाटेल, त्या मानाने त्यांच्या ठिकाणी खऱ्या स्वदेशाभिमानाचे बीजारोपण झाले असे होईल. सुशिक्षित जातींतून जेव्हा हा खरा स्वदेशाभिमान संचार करू लागेल, तेव्हाच त्यांच्याकडून तुम्हाला टिकाऊ अशी काहीतरी मदत होईल. माझ्या राज्याची अधिकारसूत्रे माझ्या हाती आली, तेव्हा कोल्हापुरात सर्वत्र एकाच सुशिक्षित जातीचे वर्चस्व होते. ऑफिसातून

मागासलेल्या जातीचा एकही नोकर दिसत नव्हता; म्हणून त्यांचा दर्जा वाढविण्याकरिता मागासलेल्या सर्व जातींच्या लोकांना नोकरी देण्याचे धोरण मला ठेवावे लागले. *त्यातील कित्येकांना वकिलीच्या सनदा दिल्या. त्यांच्या शिक्षणासाठी स्पेशल स्कॉलरशिप्स ठेवून त्यांना निरनिराळी बोर्डिंगेही करून दिली. माझ्या पंचवीस वर्षांच्या प्रयत्नांचे आता कुठे सुपरिणाम दिसू लागले आहेत. त्यांचे पाऊल आता इथे बरेच पुढे चालले आहे. त्यांची स्थिती आता नुकत्याच चालू लागलेल्या मुलासारखी आहे.* तुमचा समाज मात्र अजून रांगण्याच्या स्थितीतही आलेला नाही; म्हणून आता तुम्हालाच वर काढण्याकडे माझे लक्ष वेधले आहे. हरएक प्रकारचे उत्तेजन तुम्हाला देण्याचे माझे धोरण आहे. तुमच्यासाठी, माझ्या राज्यात मी आतापर्यंत काय कार्य केले आहे, हे मी सांगत बसण्यापेक्षा माझ्या राज्यातील ज्ञातिबंधूच तुम्हाला ते सांगतील.

अलीकडे थोड्या दिवसांखाली माझ्या इलाख्यात तुमच्या ज्ञातिबंधूची सभा झाली. त्या सभेस मी हजर होतो. त्या वेळी मी लहानसे भाषणही केले. ते भाषण वर्तमानपत्रातून प्रसिद्ध झाल्यानंतर पुण्यातील काही पत्रकारांनी आपला अमूल्य वेळ व जागा खर्च करून, मजसारख्या अज्ञानाने केलेल्या भाषणावर टीका केली. ते योग्यच झाले. परंतु टीका करताना त्यांच्या हातून माझ्या भाषणाचा विपर्यास झालेला आहे. त्याचे कारण माझी मराठी भाषेवर असावी तशी कमांड (command) नसल्याने कदाचित माझ्या मनातील विचार मला बरोबर व्यक्त करता आले नसावेत. त्यामुळे विपर्यास काढण्यास जागा मिळाली व 'ब्राह्मण जातीचे पाय मागे ओढण्यासाठी झालेल्या कटाचा मेरुमणी' असे त्यांनी मला म्हटले. मेरुमणी होण्याच्या योग्यतेचा मी नाही. माझ्या भाषणाचा आशय इतकाच होता की, जगाच्या पाठीवर हिंदू धर्माशिवाय कोणत्याही धर्मात जातिभेदभाव नाहीत. हिंदू धर्मात मात्र जातिभेदभाव आहेत. *त्यामुळे मी कालच मराठ्यांच्या परिषदेत भाषण केल्याप्रमाणे, पूर्वी परशुरामाने पृथ्वी निःक्षत्रिय केली, तरी ब्राह्मणी वर्चस्वाची पीछेहाट होऊन पुन्हा राम व कृष्ण हे क्षत्रिय देव्हाऱ्यात बसले. शाहू महाराजांच्या वंशजांस पेशव्यांनी लुप्तप्राय केले, तरी पेशवाईच्या अस्ताबरोबर साताऱ्याच्या प्रतापसिंह महाराजांचा उदय झाला. प्राचीन काळापासून या उलाढाली होत असून, त्यांच्या बुडाशी आमचा जातिभेदच आहे. अशा उलाढाली*

पुन्हा होणे इष्ट नाही. म्हणून मोठ्या जोराने मी सांगतो की, हा जातिभेद मोडून समाजाचा पाया शुद्ध केल्याशिवाय आम्हाला 'सेल्फ गव्हर्न्मेंट (Self Government) दिले तरी नको. कारण ते वरील अनुभवामुळे ढासळून पडणारच; म्हणून पुन्हा जोराने सांगतो की, माझे असे ठाम मत आहे की, आधी 'सोशल रिफॉर्म' होऊन आपली एकी झाली म्हणजेच आम्हाला स्वराज्याचे पूर्ण फायदे मिळतील.

थोड्या दिवसांपूर्वीच मुंबईस मी 'सेंट कोलंबस स्कॉच मिशन'मध्ये गेलो होतो. अमेरिकन मिशनचा व माझा फार दिवसांचा परिचय आहे. दोन्ही ठिकाणची माणसे म्हणजे मिस सदरलंड, डॉ. व्हेल व डॉ. वॉन्लेस हे सातासमुद्रापलीकडून इकडे आले असून, अन्नवस्त्रापलीकडे कोणतीही अपेक्षा न ठेवता केवळ निष्काम व परोपकारबुद्धीने अहोरात्र आमच्या लोकांना विद्यादान व जीवनदान करीत आहेत. त्यांनी आमची मने न दुखवावी म्हणून, आमच्या संस्थेतून आमच्या खाण्यापिण्याची व्यवस्था आमच्या जातिधर्माप्रमाणेच कडक ठेविलेली आहे. अशा उदाहरणाने ते आमच्या मनाची व शरीराची जोपासना करीत आहेत. अर्थात मी तरी त्यांना 'अवतारी माणसे'च म्हणतो. आमच्यात गांधींसारख्या काही व्यक्ती अवतारी आहेत व त्यांच्याबद्दल माझ्या ठिकाणी पूज्यबुद्धी आहे; परंतु वरील मिशनरीप्रमाणे कोणताही भेदभाव न ठेवता निष्काम व निःस्वार्थ बुद्धीने 'समाजाची सेवा ती ईश्वराचीच सेवा' ही भावना मनात बाळगून रंजल्यागांजलेल्यांना वर आणण्यासाठी अहोरात्र झटणाऱ्या संस्था आमच्यात कितीशा आहेत? मिस्टर गांधींच्या संबंधाने माझ्या भाषणाचा एका एडिटरने विपर्यास केलेला आहे. मी वर सांगितलेच आहे की, गांधींच्या संबंधाने माझी अत्यंत पूज्यबुद्धी आहे. त्याचप्रमाणे श्रद्धानंद किंवा मिसेस बिझंट ही माणसे अवतारी आहेत. तथापि त्यांच्या हातून चुका होणे अशक्य आहे, हे मात्र मला कबूल नाही. या चुका कबूल न करण्याइतके ते हटवादीही नाहीत. आपल्याकडून झालेल्या चुका मिस्टर गांधी, श्रद्धानंद वगैरे पुढाऱ्यांनी स्वतःच कबूल केल्या आहेत. अर्थात त्या संबंधाने माझ्या भाषणात उल्लेख आला म्हणून खुद्द मिस्टर गांधींनाही राग येणार नाही. तथापि या पत्रकाराने माझ्यावर केलेल्या टीकेमुळे माझ्याबद्दल गांधींचा व सर्व जगाचा निष्कारण गैरसमज होणार आहे. मिस्टर गांधींसारखी पूज्य माणसे आमच्याकडे आहेत, पण

त्यांची संख्या हाताच्या बोटांवर मोजण्याइतकी आहे.

सर्व समाजाचा विचार करताना, समाजात सामान्यतः पुढारी म्हणून जे वावरतात त्यांचे शील, नीतिधैर्य वगैरे सद्गुण कोणत्या कसाचे आहेत, हेच पाहिले पाहिजे. महाराष्ट्रात सुशिक्षित जातींपैकी बहुतेक पुढाऱ्यांच्या ठिकाणी पतित जातींच्या संबंधाने सहानुभूतीचा पूर आल्याचे कित्येकदा दिसते. परंतु त्यांच्याशी सहभोजनाद्वारा एकी करण्यासंबंधाने प्रत्यक्ष कृतीचा प्रसंग आला की, हे लोक आपल्या बायको-मुलांची सबब पुढे करितात. परंतु थोड्या विचारांती ही सबब अगदी क्षुल्लक आहे, असे तेव्हाच दिसून येते. कारण अनादी कालापासून हिंदू स्त्रिया आपल्या नवऱ्याकरिता सती जाण्यासही मागेपुढे पाहत नाहीत, असे इतिहास सांगतो; मग आपल्या सहभोजनासारख्या क्षुद्र बाबतीत आपल्या पत्नीचा अडथळा होतो, असे म्हणणे म्हणजे आपल्या सकल हिंदू कुलस्त्रियांचा उपमर्द करणे नव्हे काय? अर्थात अंगी नीतिधैर्य नसल्यामुळे किंवा ही गोष्ट मनापासूनच नको असून, देखावा करण्याची मात्र प्रबळ इच्छा असल्यामुळे ही बायकांची ढाल लपण्यासाठी पुढे येते, असे मानले पाहिजे. तेव्हा अशा नामर्द मनोवृत्तीच्या पुढाऱ्यांच्या सहानुभूतीचा तुम्हाला कितीसा उपयोग होणार? त्याचप्रमाणे परवा एका प्रसंगी निपाणी येथे एका विद्वान ब्राह्मण वक्त्याने 'आम्हास स्वराज्य मिळाले, तर आपण अस्पृश्य मंडळींबरोबर सहभोजन करण्यास आज तयार आहोत,' असे म्हटले. आता मानलेल्या अस्पृश्यांच्या ठिकाणी जर खऱ्या बंधुत्वाची भावना बाणलेली असेल, तर त्यांच्याशी भोजन करणे, यासारखी क्षुद्र गोष्ट करण्यास स्वराज्य मिळण्यासारखी प्रचंड अट कशाला पाहिजे? यावरून अस्पृश्यसंबंधाने आपली बंधुभावना असल्याचे हे वरवर सांगतात, त्याचा खरेपणा किती आहे हे स्पष्ट होते. तरी त्यांच्या मदतीवर विशेष भर न देता आपल्या ज्ञातिबंधूंना विद्यामृताचे जीवन देण्याला तुम्हीच कंबरा कसल्या पाहिजेत, असे माझे तुम्हांस कळकळीचे सांगणे आहे.

माझ्या राज्यात मागासलेल्या जातींना वर आणण्याबद्दल माझे जे प्रयत्न झाले आहेत, त्याबद्दल उच्च म्हणविणाऱ्या एका सुशिक्षित जातीचा माझ्यावर घुस्सा झालेला आहे. परंतु ज्याप्रमाणे एखादा डॉक्टर किंवा लेडी डॉक्टर हा अगदी अशक्त व दुबळ्या मुलाला अन्न व औषधे

देऊन त्याची जोपासना सर्वांपेक्षा विशेष काळजीने करून, त्याला इतर मुलांच्या जोडीला आणून बसवितात, त्याचप्रमाणे आम्ही अस्पृश्य मानलेल्या लोकांना वर आणले पाहिजे.

पुण्यनगरीतील कित्येक लोकांनी माझ्यावर असा आरोप आणला आहे की, महाराज पंक्तिप्रपंच करून आपल्याच जातीला पुढे आणतात. मी असे निक्षून सांगतो की, ही गोष्ट निखालस खोटी आहे. श्री शिवछत्रपतींच्या नावाला किंवा त्यांच्या गादीला बट्टा लागेल असे नीच वर्तन माझ्याकडून होणार नाही. राज्याधिकारसूत्रे हाती आल्यानंतर मागासलेल्या जातींना वर आणण्याचे मी अनेक प्रयत्न केले; परंतु यावरून ब्राह्मणाचे ठिकाणी माझा द्वेषभाव आहे, असे मात्र मुळीच नाही. अनेक ब्राह्मण माझ्या पूर्ण विश्वासाचे अंमलदार व सल्लागार आहेत. अनेक ब्राह्मणांना मी इनामे वगैरे दिली आहेत व इतर जातींप्रमाणे त्यांच्या कल्याणाची इच्छा बाळगलेली आहे. या सर्व गोष्टी माझे ब्राह्मण प्रजाजनच या विद्वान एडिटरांना सांगतील. सारांश, अशक्त मुलाला ताकद आणण्यासाठी, त्याची आई त्याची जशी काळजी बाळगते त्याचप्रमाणे माझे हे प्रयत्न आहेत.

माणगाव येथील माझ्या भाषणात माझ्या प्रजाजनांना लवकरच थोड्या प्रमाणावर स्वराज्य देण्याचा माझा विचार असल्याचा उल्लेख होता. यावर एका एडिटरने 'लवकरच म्हणजे किती वर्षांत व थोड्या प्रमाणावर म्हणजे किती आणे, याचा खुलासा कोणी भविष्यवादी करील काय?' असा सवाल केला आहे.

त्यावर माझे म्हणणे इतकेच आहे की, हा खुलासा ताबडतोब करता आला असता तर मला फार आनंद झाला असता; परंतु काल मराठ्यांच्या सभेत मी सांगितल्याप्रमाणे, ही बाब फार महत्त्वाची असून, अनेक गोष्टींचा विचार करणे जरूर आहे व हे होण्यास काहीसा कालावधी होणे अपरिहार्य असल्याने, वरील सवालाचा आताच खुलासा करता येत नाही याबद्दल मला वाईट वाटते. तथापि, या वेळी असे विचारावेसे वाटते की, परवा सोलापूरच्या सभेत वक्त्यांनी हीन जातीवरील अस्पृश्यतेची आपत्ती मनात आणली तर ती तेव्हाच नाहीशी करता येईल असे सांगितले. त्यास, हे 'तेव्हाच' अजून का आले नाही व ते केव्हा येणार याचा खुलासा होईल काय?

त्याचप्रमाणे मागे एका प्रसंगी एका पुढाऱ्याने आपण 'चांभाराचा गणपती आपल्या गाडीत घेतला होता व चांभाराच्या ठिकाणी आपल्या ठिकाणी भेदभाव नाही' असे सांगितले होते. यास 'हा भेदभाव' प्रसिद्धपणे टाकून देण्याचा दिवस का उगवला नाही? व तो केव्हा उगवणार? या आमच्या प्रश्नांना काय उत्तर आहे? आता ही अस्पृश्यता, हळूहळू समाज आपोआपच पुढाऱ्यांना मागे टाकून नाहीशी करू लागला आहे, हे खरे व त्याप्रमाणे माझ्या प्रजाजनांकडेही ॲटोमॅटिकली (Automatically) काही राज्यकारभार जाईल; अशी मला आशा आहे...

सरतेशेवटी माझे तुम्हाला इतकेच सांगणे आहे की, तुमचे हे पवित्र कार्य तुम्ही न डगमगता अखंड चालू ठेवा आणि परमेश्वर तुम्हाला या कार्याला पूर्ण यश देईल, असा मला भरवसा वाटतो.

जनी जनार्दन शोधणे हाच खरा धर्म!

नागपूर येथे भरलेल्या 'अखिल भारतीय बहिष्कृत समाज परिषदे'च्या अध्यक्षपदावरून राजर्षी शाहू महाराजांनी केलेले हे भाषण त्यांनी अंगीकारलेल्या समाजक्रांतीच्या तत्त्वांनी परिप्लुत असे आहे (दि. ३० मे १९२०). अस्पृश्य समाजाच्या या परिषदेत, त्यांना 'तुम्हांस अस्पृश्य मानणाऱ्या पुष्कळ लोकांपेक्षा जास्त बुद्धिवान, जास्त पराक्रमी, जास्त सुविचारी' असे संबोधून महाराजांनी त्यांच्या ठिकाणी आत्मविश्वास निर्माण करण्याचा प्रयत्न केलेला आहे. समाजनेतृत्व, धर्माचे स्थान, इंग्रजांची धोरणे, राष्ट्रैक्य, सामाजिक समता, जातिभेद, अस्पृश्यांना संधी अशा अनेक प्रश्नांचा एकत्रित ऊहापोह येथे त्यांनी केला आहे. देशबधूंची सेवा करणे, जनी जनार्दन शोधणे, हा खरा धर्म असल्याचे प्रतिपादून आपल्या संस्थानात अस्पृश्यांना समतेचे हक्क देण्यामागचा हेतू त्यांनी विशद केला आहे. आपल्या देशाची प्रगती जातिभेद ज्या प्रमाणावर नाहीसा होईल त्यावर अवलंबून असून, तो नाहीसा करण्याचा प्रभावी उपाय म्हणजे 'भिन्नभिन्न' जातींचे शरीरसबंध विस्तृत प्रमाणावर होणे,' हा होय, असे महाराजांनी प्रतिपादन केले आहे.

सज्जन हो,

माझी योग्यता नसता व माझ्या अनुमतीची जरुरी न ठेवता मोठ्या बंधुप्रेमाने व सत्तेने आपण मला आपला समजून आजच्या कॉन्फरन्सचा अध्यक्ष नेमिले, याजबद्दल मला मोठा अभिमान वाटतो.

काही वर्षांपूर्वी माझ्या कोत्या समजुतीने मी आपणाकडे बंधुप्रेमाने

पाहत नव्हतो. आता माझी चूक मला समजली आहे. यापुढे तुमच्यावर माझे बंधूसारखे प्रेम राहील अशी मला खात्री वाटते, हे उघडपणे सांगण्यास मला मोठा अभिमान वाटतो. वास्तविक पाहता, आजच्यासारख्या बहुमानास मी विद्येने योग्य नसता, आपण मला अध्यक्षाचा मान दिलात, याबद्दल मी आपला फार आभारी आहे.

आपले कार्य साधण्यासाठी दुसऱ्यास पाहिजे तितका मोठेपणा द्यावयाचा; त्याची मनधरणी करावयाची, मी तुमच्या उद्धारासाठी प्रयत्न करतो असे खोटेच सांगावयाचे; वगैरे प्रकारांनी लोकांस फसवून त्यांच्यावर आपली छाप बसवावयाची; असे काही स्वार्थसाधू लोक आहेत. अशा लोकांसारखे वागून आपणाला तोंडघशी पाडून माझा स्वार्थ साधण्याची दुर्बुद्धी ईश्वराने मला देऊ नये, अशी माझी त्याजवळ प्रार्थना आहे.

आज आपण येथे सर्व हिंदुस्थानातील अस्पृश्य वर्गांपैकी पुढारी मंडळी जमलेले आहात. अस्पृश्य हा शब्द कोणत्याही माणसाला लावणे फार निंद्य आहे. या शब्दाचा तुमच्या संबंधाने सर्व उपयोग करितात म्हणून मी त्याचा उपयोग केला आहे. तुम्ही अस्पृश्य नाही. तुम्हांस अस्पृश्य मानणाऱ्या पुष्कळ लोकांपेक्षा जास्त बुद्धिवान, जास्त पराक्रमी, जास्त सुविचारी, जास्त स्वार्थत्यागी असे तुम्ही हिंदी राष्ट्राचे घटकावयव आहात. मी तुम्हाला अस्पृश्य समजत नाही. आपण निदान बरोबरची भावंडे आहोत, आपले हक्क समसमान तरी खास आहेतच; अशी भावना धरून आपणास पुढील कामास लागले पाहिजे. या सत्कार्यात जे लपंडाव करतात, त्यांची लबाडी ओळखण्याइतकी समज हल्ली जनतेस खास आलेली आहे.

मला आज सर्वांत मागासलेल्या देशबंधूंनी कॉन्फरन्सचा अध्यक्ष होण्यास बोलाविले आहे. वास्तविक पाहता, मी कोणाचा पुढारी नाही व पुढारी होऊही इच्छित नाही. मला पुढारी समजून आपण माझ्यामागे कोणी येऊ लागल्यास, त्यास माझ्यामागे येऊ नका, असे नम्रतापूर्वक सांगतो. होईल तितका या बाबतीत प्रतिबंधही करितो. हा प्रतिबंध मी अगदी प्रथमपासूनच म्हणजे घराच्या बाहेर पडण्यापूर्वी माजघरात करितो. कारण तशी खबरदारी न घेतल्यास व त्यांना काही वेळ मागे येऊ दिल्यास त्यास तक्रार करण्यास जागा होईल. ते म्हणतील की, 'आम्ही इतका वेळ आपल्यामागे आलो असता आपण आताच आम्हांस का

झिडकारता?' माझी मते व माझे आचरणही माझ्या स्वतःपुरतीच आहेत. माझ्या घरच्या मंडळींनी, आप्तेष्टांनी अगर मित्रांनीसुद्धा विचार न करता माझ्यामागून येऊ नये, अशी माझी इच्छा आहे. त्यांना या बाबतीत स्वयंनिर्णयाचे तत्त्व लावण्याची मी पूर्ण मोकळीक ठेविली आहे. माझी मते ज्यास पसंत असतील त्यांनी स्वतःचे इच्छेप्रमाणे स्वतंत्रपणे माझे अनुकरण करावे. त्यांना माझ्याकडून कोणत्याही प्रकारचे उत्तेजन अगर मदत मिळणार नाही.

आम्ही सर्व हिंदी आहोत, बंधू आहोत. हिंदी प्रजानन कोणत्याही वर्णाचे असोत, कोणत्याही धर्माचे असोत, ते सर्व हिंदी आहेत. व्यक्तीच्या दृष्टीने धर्माची बाब महत्त्वाची असेल, पण राष्ट्रीय बाबतीत ती केव्हाही आड येता कामा नये. यापुरती धर्म ही बाब फारच कमी महत्त्वाची आहे, असे मला वाटते. 'धर्म' शब्दाची थोडक्यात व्याख्या देवाजवळ पोचण्याचा मार्ग अशी करता येईल. लंडन, मुंबई, कलकत्ता वगैरे मोठमोठ्या शहरांस सर्व बाजूंनी रस्ते येऊन मिळतात. म्हणजे सर्व ठिकाणच्या लोकांचा उद्देश त्या त्या शहरी थोड्या वेळात व कमी श्रमांत पोचण्याचा असतो. त्याचप्रमाणे निरनिराळ्या देशांत व परिस्थितीत उत्पन्न झालेल्या धर्माचाही उद्देश तोच आहे. यामुळे भिन्न-भिन्न रस्त्यांनी मुख्य शहरास पोहोचणाऱ्या लोकांना एकमेकांचा द्वेष करण्याचे जसे कारण नसते, तसेच निरनिराळे धर्म पाळून ईश्वराजवळ पोचणाऱ्या लोकांनी तरी परस्परांचा द्वेष का करावा?

निरनिराळे धर्म स्थापन झाले त्या वेळची स्थिती काय असेल ती असो; पण आजच्या स्थितीस तरी अमुक एका धर्माचे आचरण करून, अमुक एक अमुक एका देवाजवळ पोचलेला आहे असे प्रत्यक्ष दिसत नाही, तोपर्यंत माझा तेवढा धर्म चांगला व इतरांचा वाईट असा पोकळ अभिमान करण्याचा अधिकार कोणासही नाही, हे उघड आहे.

'दया धरमका मूल है, नरक मूल अभिमान' यावरून पाहता, देशाची म्हणजे देशबंधूंची सेवा करणे, 'जनी जनार्दन' शोधणे व पाहणे हाच खरा धर्म आहे. या बाबतीत सर्व धर्मांचे ऐक्य आहे. परोपकार हा पुण्यमार्ग आहे व परपीडा हे पाप, असेच सर्व धर्म प्रतिपादन करितात. याप्रमाणे विचार केल्यास धर्मभेदाच्या सबबीवर एकमेकांचा मत्सर करणे अगदी चुकीचे आहे.

राज्य संपादन करण्याच्या महत्त्वाकांक्षेने, पूर्वी या देशात लढाया झाल्या. अकबर, शिवाजी महाराज वगैरे महात्म्यांच्या काळी धर्मद्वेषाने किंवा जातिद्वेषाने कोणी लढाया करीत नसत. अकबर बादशहाच्या पदरी मराठे, रजपूत, इतर हिंदू सरदार व अनेक लढवय्ये लोक होते. विजयनगरच्या राजाच्या पदरी किंवा श्री शिवाजी महाराज यांच्या सैन्यात मुसलमानांची संख्या कमी नव्हती. या सर्वांनी स्वधर्मीयांबरोबर किंवा स्वजातीयांबरोबर लढण्याच्या प्रसंगीदेखील आपले इमान कायम राखिले. अशा वेळी त्यांचा निमकहलालपणा व बंधुप्रेम चांगल्या प्रकारे दिसून येई.

खरा धर्म सर्व देशांत एकच आहे, हे मी आपणांस सांगितलेच आहे. त्याचप्रमाणे वागणाऱ्यांवर म्हणजे शुभकार्य करणाऱ्यांवर ईश्वर संतुष्ट असणार व त्यांना काही शिक्षा करणार नाही. पण आम्ही खरा धर्म सोडून म्हणजे 'जनी जनार्दन' न पाहता बनावट उच्चनीच भाव उत्पन्न करून, त्याप्रमाणे ग्रंथ तयार करून त्यांच्या आधारावर आमच्या बंधूंना पशूपेक्षाही नीच मानण्याचे भयंकर पातक करीत असता, आम्ही भागवताचे हजारो सप्ताह बसविले, मोठमोठी अनुष्ठाने सुरू केली, नाना प्रकारची स्तुतिस्तोत्रे गायिली, कीर्तने-पुराणे यांची झोड उठविली किंवा भजने करून कानठळ्या बसेपर्यंत टाळ कुटले, क्षेत्राच्या अनवाणी यात्रा केल्या, देवाच्या मूर्तीस लोटांगणे घातली, तरी ईश्वर अशाने तुष्ट होईल काय? तो तुष्ट होणार नाही हे खास. इतकेच नाही, तर आमच्या पातकाबद्दल तो आम्हाला शिक्षा दिल्याशिवाय राहणार नाही, अशी आमची सदसद्विवेकबुद्धी आम्हांस खास सांगते.

आमच्यावरची ईश्वराची अवकृपा दूर झाली पाहिजे. आम्ही आमच्या सर्व देशबंधूंना मोठ्या प्रेमाने, आपल्या बरोबरीने हक्क देऊन वागविले पाहिजे. इंग्लिश राष्ट्राचे आमच्या देशावर व विशेषकरून आमच्या अस्पृश्य मानलेल्या बंधूवर फार उपकार आहेत. त्या राष्ट्राने, मनुधर्म शास्त्रासारखे एका जातीचे प्राबल्य स्थापन करणारे कायदे काढून टाकून सर्व हिंदी प्रजेमध्ये समसमान हक्क निर्माण केले. ब्राह्मणास फाशी देऊ नये, त्यास लग्नकार्यात, अध्ययनात, वृत्तीत, दानधर्म, पूजाअर्चा वगैरे हरएक बाबतीत परमेश्वराच्या योग्यतेचे मानून दुसऱ्या सर्व जातींस तुच्छ, कस्पटासमान व ब्राह्मणाची सेवा करण्याकरिता निर्माण केलेल्या

आहेत, अशा तऱ्हेच्या कायद्यात, रूढींत, आचारांत व धर्मात प्रतिबंध घालून ठेवणे, म्हणजे सदसद्विवेकबुद्धीला, सर्व उच्च मनोभावनांना तिलांजली दिल्यासारखे आहे. हल्ली समानतेच्या दृष्टीने पाहता, अशा रीतीची योजना कायदेपंडितांत करण्यास कोणासही लाज वाटेल. डोळे काढावे, डागावे, वेद वाचू नयेत, असे जे अमानुष कायदे एके काळी मनूने रूढ केले होते, ते हल्ली इंग्रज सरकारने नाहीसे केले आहेत. परंतु हल्ली असलेल्या हिंदू कायद्यांतही पुष्कळ दुरुस्ती झाली पाहिजे. राष्ट्रीयत्वाची व समाजाची कल्पना वाढलेली आहे. मिश्रविवाह, परदेशगमन, जातिभेद, परधर्माविषयी सहिष्णुता वगैरे सर्व कल्पना फार जोराने पुढे येऊ लागल्या आहेत. त्या कल्पनांना पोषक असे कायदे पाहिजे आहेत. तसे नसल्यास समाजाचे गाडे अडून राहणार आहे.

सर्व प्रजेला सारखे हक्क आहेत, सर्वांना सारखे कायदे लागू केले पाहिजेत; त्यांत जातिभेदावर कमीअधिक शिक्षा असा अन्याय होता कामा नये; हे समानतेचे तत्त्व इंग्रजांनी राज्यकारभारात प्रथम लागू केले. त्यांच्या मिशनरी लोकांनी शाळा काढून, अस्पृश्यांच्या मुलांस फार ममतेने वागविण्याचे उदाहरण सर्वांच्या अगोदर घालून दिले. अशा प्रकारे युरोप खंडातील हॉलंड, बेल्जम वगैरे देश आपल्या ताब्यातील परदेशच्या लोकांना शिक्षण देऊन उन्नती करीत नाहीत; पण इंग्रज लोकांचे या कामी फार लक्ष असल्यामुळे ते श्रेष्ठ पदवीचे आहेत. इतकेच नव्हे, तर आमचे बरेच लोक 'स्वराज्य नको' म्हणत असताना इंग्रज लोक आपणहून ते आम्हास देत आहेत, हा त्यांचा केवढा थोरपणा आहे! सर्वांस समदृष्टीने पाहणारे जे इंग्लिश साम्राज्य, त्यांच्याशी आम्ही फार राजनिष्ठ राहिले पाहिजे हे सांगण्यास नकोच. आमच्यावर त्यांचे फार-फार उपकार आहेत.

गेल्या महायुद्धात मुसलमान, मराठे, जैन, महार, लिंगायत वगैरे सर्व जातींच्या बंधूंनी सरकारास मोठ्या हौसेने व उत्सुकतेने मदत केली याचे तरी कारण काय? आपण सर्व हिंदी आहोत; हिंदी राष्ट्राचे कल्याण इंग्रजी राजसत्तेवर अवलंबून आहे; आमची भिन्न-भिन्न धर्मतत्त्वे आमच्या बंधुप्रेमाच्या आड येऊ देता कामा नये, तर आम्ही आमच्या उपकारकर्त्यांची अडचण ओळखून आम्हास देता येईल तितकी मदत देणे हे आमचे कर्तव्य आहे वगैरे उच्च भावनांनी आमचे सर्व लोक प्रेरित

झाले, हेच ते कारण होय. याप्रमाणे आमच्या कृतज्ञतेची खात्री आम्ही आमच्या ब्रिटिश बंधूस पटवून दिली आहे. ईश्वरी इच्छेने हिंदुस्थानच्या कल्याणाकरिताच आम्ही 'ब्रिटिश एम्पायर'चे (British Empire) अवयव झालो आहोत. आमचे हितसंबंध त्यांच्याशी एकजीव झाले आहेत.

इकडच्यापेक्षा मद्रासकडच्या आपल्या अस्पृश्य बंधूस सनातन धर्मवाल्यांकडून फार त्रास होतो. तिकडचे ब्राह्मण सर्वच ब्राह्मणेतरांशी फारच अन्यायाने वागतात. इकडे महाराष्ट्रातही तशीच स्थिती आहे. मद्रास येथे ब्राह्मणेतर लोकांचा निराळा पक्ष स्थापन करून, त्यांच्यामध्ये आपल्या हक्कांची जाणीव उत्पन्न करणारे थोर मनाचे, प.वा.डॉ. नायर यांना धन्यवाद देणे फार जरूर आहे. पंचमांचा उद्धार करण्याविषयी त्यांचा उद्योग मोठा होता. आपल्या घरात ते पंचमास खासगी नोकर म्हणून ठेवीत.

या देशाची उन्नती लवकर किंवा उशिरा होणे, हे येथील जातिभेद ज्या प्रमाणात नाहीसा होईल, त्यावर अवलंबून आहे. हा जातिभेद नाहीसा होण्यास भिन्न भिन्न जातींचे शरीरसंबंध विस्तृत प्रमाणावर होणे फार जरूर आहे. रोटी व्यवहार जास्त प्रमाणावर आता होणार, त्याविरुद्ध कोणी कितीही धडपड केली, तरी तिचा विशेष उपयोग होणार नाही. पण बेटीव्यवहारांची तशी गोष्ट नाही. असे विवाह होण्याकडे प्रवृत्ती होण्यास अगोदर कायदेशीर अडचणी दूर झाल्या पाहिजेत, म्हणजे असले विवाह कायदेशीर ठरले पाहिजेत. त्यापासूनच्या संततीस औरस संततीचे सर्व हक्क मिळाले पाहिजेत. याकरिता नामदार मिस्टर पटेल यांनी वरिष्ठ कायदे कौन्सिलात प्रश्न आणला होता. तशा कायद्याची फार जरुरी आहे; पण असे विवाह होऊ लागल्यास ब्राह्मणांचे जन्मसिद्ध महत्त्वही कमी होणार. ब्राह्मणांवर हे एक मोठे संकट ओढवणार असल्याने ब्राह्मणी पत्रांनी त्या बिलाला मोठा कसून विरोध केला. ब्राह्मणी हिताकडे लक्ष दिले म्हणजे, हे त्यांचे करणे बरे दिसेल; पण देशहिताकडे त्यांनी अगदीच दुर्लक्ष केले असे मोठ्या कष्टांनी म्हणावे लागते. भिन्न जातींचे स्त्री-पुरुष विवाहबंधनाशिवाय एकत्र राहून त्यांनी अनीतीचे वर्तन उघड-उघड केल्यास ज्या धर्माभिमान्यांस खपते, पण तसा अनीतीचा संबंध ज्यास नको त्यांना कायदेशीर विवाह करण्याच्या मार्गात मात्र यांचा अडथळा. असे हे सार्वजनिक नीतिमत्तेचे शत्रू आहेत.

याचप्रसंगी माझे मित्र मिस्टर अरुंडेल यांच्याविषयी दोन शब्द सांगितल्याशिवाय माझ्याने राहवत नाही. यांनी एका ब्राह्मण युवतीशी विवाह केला, म्हणून आमच्या सनातन धर्मवादी ब्राह्मण बंधूंची त्यांच्यावर फार खप्पा मर्जी झाली आहे. ते त्यांस नाना प्रकारे दूषणही देत आहेत. वास्तविक पाहता, इंग्लंड व हिंदुस्थान यांचा ईश्वरी इच्छेने जुळत आलेला संबंध जास्त दृढ होण्यास अशा प्रकारचे विवाह फार आवश्यक आहेत. काम असेपर्यंत मात्र तुम्ही-आम्ही एक, अशा गप्पा मारणे व ते संपल्यावर 'तुम्ही ते तुम्ही व आम्ही ते आम्ही', असा आपमतलबीपणा मला पसंत नाही. लग्नकार्यात निरर्थक पैसा तर फार खर्च होतो, शिक्षणासारख्या उपयुक्त कामाकडे तो लागला पाहिजे वगैरे गप्पा ते मारतील; पण रजिस्टर करून थोड्या खर्चात विवाह करण्याची मुभा मात्र त्यांना द्यावीशी वाटत नाही. रजिस्टर न झालेली इकडच्या हिंदू पद्धतीने लग्ने करून गेलेल्या पुरुषाने विलायतेत किंवा फ्रान्समध्ये जाऊन उघडपणे तेथील पद्धतीप्रमाणे विवाह करावा; असे करण्याने कोणताही गुन्हा होत नाही, असा कायदा इंग्लंड वगैरे देशांत आहे. अशा रीतीने अनेक तरुण पुरुषांनी तिकडे विवाह करून इकडे हिंदू पद्धतीने परिणीलेल्या आपल्या निरपराध बायकांस पती जिवंत असताच वैधव्याच्या गर्तेत लोटिले आहे. पण याची खंत आमच्या सनातन धर्मवाद्यांस वाटत नाही. इकडे विवाह रजिस्टर करण्याची सवड असती, तर अशा तरुणांवर तिकडे दुसऱ्या बायका करण्यास कायद्याचा प्रतिबंध झाला असता. पण मग भिन्न जातीतील विवाहबंदी त्यांना उजळ माथ्याने करता आली नसती. म्हणून पटेल बिलाविरुद्ध यांची सगळी हाकाटी! भिन्न जातींच्या मुलींशी विवाह करून जी संतती होईल, तिला धर्माभिमानी अशा पूर्वजांच्या व भाऊबंदांच्या मिळकतीचा वारसा देणे बरोबर नाही, अशी एक उपपत्ती 'प्रगती'कारांनी पुढे केली होती, पण ही तक्रार अगदी पोकळ व मतलबी आहे. आजच्या कायद्याप्रमाणे कोणी ख्रिश्चन झाल्यास किंवा मी हिंदू नाही अशी प्रतिज्ञा करून विवाह केल्यास त्यांच्या संततीस जर वारसा येतो आणि ती गोष्ट 'प्रगती'कार व त्यांचे सनातनवादी उघड्या डोळ्यांनी पाहत आहेत, त्याविरुद्ध तक्रार करण्याची हिंमत त्याच्या अंगी नाही, तर त्यांनी भिन्न जातींच्या मुलींशी, हिंदू राहून लग्न करणाऱ्यांविरुद्ध मात्र हाकाटी करणे, हे केवढे

आश्चर्य! आपल्यासारख्या पतितांच्या उद्धारार्थ पटेल बिलासारख्या कायद्याची फार जरुरी आहे. म्हणून त्या दिशेने जे प्रयत्न करीत असतील त्यांचे आपण आभारी असले पाहिजे.

दुसऱ्याच्या डोळ्यांतील कुसळ दिसते, पण आपल्या डोळ्यांतील मुसळ दिसत नाही, ही म्हण बऱ्याच वेळा अनुभवास येते. इंग्रज लोक हिंदुस्थानास लुटीत आहेत, असे खोटेच भासवून इंग्लिश सरकाराच्याविरुद्ध अराजकत्व उत्पन्न करण्याचे प्रयत्न उघड किंवा गुप्त रीतीने आज दहा- वीस वर्षे करणारे ब्राह्मण लोक आपल्या खोट्या ग्रंथांतील लबाड्या उघडकीस आणणाऱ्या संशोधकांचे जलसे बंद करावेत म्हणून सरकारकडे तारा करतात, याची त्यांना लाज कशी वाटत नाही?

'बोले तैसा चाले, त्याची वंदावी पाऊले' असे श्री तुकोबाराय म्हणतात. हे म्हणणे मला परमवंद्य आहे; पण फसव्या लोकांचा मला तिटकारा आहे. माझ्या मनाप्रमाणे समाजसेवेचे पवित्र काम करीत असता त्यात विघ्ने आणणारे बरेच लोक; आपण सर्वांचे पुढारी आहो, आपणांस तुमच्याविषयी फार सहानुभूती आहे; असा बहाणा करून समाजास खाली ओढणारी कुटिल नीती चालू ठेवीत असतात. माझ्या नासिक येथील भाषणावर बरीच प्रतिकूल टीका प्रसिद्ध झाली आहे. या टीकेचे मला मोठे कौतुक वाटते. कोल्हापूरसंबंधाने स्वतःला ज्यास काहीच माहिती नाही, आपली सर्व माहिती कर्णोपकर्णी आहे; अशी ज्यांनी सुरुवातीस कबुली दिली आहे, त्यांनी कोल्हापुरात एखाद्या खटल्यासंबंधाने काय झाले आहे, काय चालले आहे, काय होणार आहे, यासंबंधी माहिती काढण्याची तसदी न घेता तोंडास येईल ते वायफळ बोलावे, पुराव्याशिवाय वाटेल ते तर्क लढवावेत, ही गोष्ट किती शरमेची आहे बरे! या सर्वांचा अंतःस्थ हेतू म्हटला म्हणजे रूढ समाजरीतीस अगर प्रस्थापित विशिष्ट वर्गाच्या हक्कांस कोणी हात लावण्याचा प्रयत्न करीत असल्यास त्यास भेडसावून टाकावे व विशिष्ट वर्गाचे वर्चस्व कायम राखावे, एवढाच आहे. समाजास तुडविणारी अशी बेजबाबदार माणसे लोकांचे पुढारी म्हणून मिरवितात, अशा लोकांची मला तर कीवच येते.

या असल्या चालींच्या मंडळींच्या हातून समाजसुधारणा होणे शक्य नाही. कावळ्याला जसे क्षतच दिसावयाचे, तसे यांना जेथे तेथे वाईटच

दिसते. उदाहरणार्थ, अस्पृश्य समजल्या जाणाऱ्या लोकांना मी माझ्या संस्थानात वकिलीच्या सनदा दिल्या. त्यावरील टीका पाहा. वैद्यकी, वकिली वगैरे धंदे आपलीच चरण्याची कुरणे आहेत व ती तशी राखली पाहिजेत, अशी काही विशिष्ट जातीची समजूत होऊन बसली आहे. उत्तम माणसांनीच ती कामे करावीत, हे म्हणणे तात्त्विक दृष्टीने कोणासही कबूल करावे लागेल. मला राज्यकारभारात सर्व तत्त्वे परिस्थितीस अनुसरून थोडीबहुत बदलणे भाग पडते. इंग्रज सरकारने आरंभी शिक्षणाबाबतीत कितीतरी कमी दर्जाच्या हिंदी लोकांस कलेक्टर, जज्ज वगैरेसारख्या मोठाल्या जागा देऊन राज्यकारभाराचे काम शिकविले, त्याचप्रमाणे आरंभी वकिलीच्या सनदाही परीक्षेशिवाय साधारण शिक्षणाच्या माणसास देण्यात येत असत. हल्लीही इंग्रज सरकारच्या राज्यात, परीक्षा पास झालेले लोक पुष्कळ मिळत असताही मुखत्यार वकिलीच्या सनदा परीक्षेशिवाय देण्यात येत आहेत. ज्या सनदा मी महार, मांग, चांभार इत्यादी लोकांना दिल्या, त्याच जर ब्राह्मण, कायस्थ, सारस्वत अशा लोकांना दिल्या असत्या तर त्याबद्दल काही गवगवा झाला नसता. तशा दिल्या, त्या वेळी झालाही नाही. पण आता तितक्या योग्यतेच्या मराठ्यांस व अस्पृश्य माणसास दिल्यावर गवगवा केला जातो, ही त्यांच्या उदार अंतःकरणाची साक्षच आहे! मॅट्रिक पास झालेले अगर इंग्रजी चांगले शिकलेले महार, मांग यांस वरिष्ठ दर्जाच्या या धंद्यात आणताच ब्राह्मणी समाज खवळून गेला. तेच महार-मांग जर ख्रिश्चन झाले असते, तर माझे कृत्य टीकेस पात्र झाले नसते. ज्या महार-मांगांस मी वकिलीच्या सनदा दिल्या, त्यांच्यापेक्षा विद्येने व अकलेने फार कमी अशा पुष्कळ वरिष्ठ जातीच्या लोकांस कित्येक देशी संस्थानांतून वकिलीच्या सनदा देण्यात येतात; त्याबद्दल मात्र समाजास काही कमीपणा वाटत नाही. सनदा दिल्यामुळे कोणाही व्यक्तीस वकीलपत्र अमक्यास दिलेच पाहिजे, असे भाग पडत नाही. वाटेल तो वकील वाटेल त्यांनी करावा, अशी मुभा असतेच. अशा वकिलीच्या सनदा देण्यात माझा हेतू एवढाच आहे की, जे धंदे अस्पृश्य वर्गास रूढीने, कायद्याने अगर दडपशाहीने बंद झालेले आहेत, ते त्यास मोकळे करून द्यावेत. त्यांची स्थिती सुधारून, त्यांच्यात आपण इतर माणसांच्या बरोबरीचे आहोत, असा आत्मविश्वास उत्पन्न करावा.

मी स्पोर्टस्‌मन आहे. घोड्यासंबंधी माझा अनुभव आहे की, त्यास पाणी दाखविले तर तो पितो. दाखविले नाही, तर तो पीत नाही. तसेच वकिली करण्याची संधी या लोकांस मिळाल्यास ते ती लवकरच उचलतील. तशी संधी न मिळाल्यास तसे काम करावे असे त्यांस वाटणार नाही. मातंग, टंक, पराशर, वसिष्ठ, चोखामेळा हे जरी हलक्या मानलेल्या जातींमध्ये उत्पन्न झाले, तरी ते आपल्या योग्यतेने पुढे आहेत. यावरून पाहता या जातीत योग्यता कमी असते असे मुळीच म्हणता येणार नाही. इंग्लंडमध्येदेखील थोड्याच वर्षांपूर्वी कायद्याच्या शिक्षणावर विशेष जोर न देता 'इन्स ऑफ कोर्ट' (Inns of court) मध्ये जेवणाच्या संख्येवर बॅरिस्टर होता येत असे. हिंदुस्थानातील मॅट्रिक्युलेशनची परीक्षा पास न झालेले लोकदेखील याप्रकारे बॅरिस्टर होऊन येत. अशा लोकांना कायद्याची किंवा दुसऱ्या शिक्षणाची विशेषशी जरुरी नसे. पण हे 'टेबल बॅरिस्टर' त्या कोर्टात काम चालविण्याच्या योग्यतेचे समजले जात. अशा लोकांमधूनसुद्धा नामांकित कायदेपंडित निपजले आहेत.

आता महार, मांग वगैरे हलक्या मानलेल्या जातींना मी वकिलीच्या सनदा देतो. या योगाने उच्चवर्गीय लोकांचा अपमान होतो असे काही बड्या लोकांना वाटते. पण ही त्यांची चूक आहे. विद्या घेऊन, दोन तपे थांबून, नंतर समाज बरोबरीचे हक्क देईल किंवा नाही या विचारात बुचकळ्या खात पडण्यापेक्षा त्यास एकदम दास्यत्वापासून मुक्त करून, आजपर्यंत जगातील इतर कोणत्याही ठिकाणी दृष्टोत्पतीस न येणाऱ्या समाजाच्या जुलमाचा आणि निर्दयपणाचा अंत करावा. या योगानेच खरे राष्ट्रकार्य होईल अशी माझी दृढ समजूत आहे. या मार्गानेच आपला कार्यभाग उरकला जाणार आहे. काळाकडे बोट दाखवून काही न करणाऱ्या समाजधुरंधरांनी अन्य मार्ग स्वीकारल्यास, त्यांचा त्यासच तो लखलाभ होवो!

जातिभेद नाहीसे झाले पाहिजेत हे हल्ली बऱ्याच लोकांस कबूल झाले आहे. हे खरेच आहे. परंतु प्रश्न एवढाच आहे की, या कामाची सुरुवात कोठून व्हायची? ज्या जातीच्या लोकांना हलके मानले जाते, त्यांनी जातिभेद मोडावा असे म्हणणे साहजिकच आहे. परंतु या दिशेने त्यांनी कितीही प्रयत्न केले, तरी यांचा तादृश्य उपयोग होणार नाही. या कामी उच्च म्हणविणाऱ्या जातींकडूनच सुरुवात झाली पाहिजे.

प्राचीन काळापासून वंशपरंपरागत उपभोगिलेले वर्चस्व त्यांनी सोडून देण्यास तयार झाले पाहिजे. या पवित्र स्वार्थत्यागाचा कित्ता त्यांनी सर्वांस घालून दिला पाहिजे. जपानातील जातिभेदाचा बीमोड होण्यास मोठे कारण उच्च वर्गाच्या सामुराई लोकांनी सुरुवात केली, हेच आहे. तसे झाले नसते, तर जपानची स्थिती सुधारली नसती. जातिभेद मोडण्याचे प्रयत्न केवळ खालच्या वर्गाकडून सुरू झाल्यास त्याचे परिणाम अनर्थावह होण्याचा संभव आहे. तेच काम उच्च म्हणविणाऱ्या लोकांकडून प्रथम झाल्यास, हे स्वार्थत्यागाचे उदाहरण इतर सर्व जातींना बोधप्रद होईल. जोपर्यंत असे होत नाही, तोपर्यंत हल्लीच्या स्थितीचा उपयोग करून वैमनस्य न वाढविता प्रत्येक जातीने आपली सुधारणा करून घेण्याचे प्रयत्न सुरू ठेविले पाहिजेत. खालील जातीत आपली सुधारणा करून, आपला दर्जा वाढवून घेण्याचा व वरच्या पायऱ्यावर चढण्याचा प्रयत्न चालूच ठेविला पाहिजे. वरील जातींनीही जरूर तर काही पायऱ्या खाली येऊन, त्यांना हात देऊन वर घेतले पाहिजे. असे झाले म्हणजे सुरळीतपणे व सलोख्याने, हे जातिभेद मोडण्याचे बिकट काम सिद्धीस जाण्याचा संभव आहे. आम्हांसारख्या मराठ्यांनासुद्धा जात मोडून एकी करण्यास भाग पाडले पाहिजे. धर्मबंधनांच्या अडचणी कित्येक लोक पुढे आणतात; परंतु तशी स्थिती नाही. गेल्या युद्धातसुद्धा मेसापोटेमियामध्ये हिंदू-मुसलमान खांद्याशी खांदा लावून लढले. या कामी त्यांना धर्माचा अडथळा झाला नाही. फक्त आपण एकाच राष्ट्राचे भिन्नभिन्न भाग अगर देशाचे भिन्नभिन्न अवयव आहोत, या भावनेने सर्व लोक प्रेरित झाले होते. त्यामुळेच अखेर इंग्लिश राष्ट्राला यश मिळाले.

हिंदुस्थानचे रक्षण ब्रिटिश सरकाराकडून अनेक वेळा झाले, तेही याच तत्त्वावर. आपल्यावर अवलंबून असणाऱ्या लोकांना ते कधीही विसरत नाहीत. आपल्या धर्माच्या लोकांस एका बाजूस ठेवून त्यांच्यापासून आमचे संरक्षण करण्यास ब्रिटिश सरकारच कारण झाले. त्याप्रमाणे रशियन लोक जोरात असताना त्यांच्यापासून अगर अफगाण लोकांपासून हिंदुस्थानवर संकट येण्याचा संभव दिसला, तेव्हादेखील ब्रिटिश सरकारने आपल्या सेनेची आहुती देऊन आमचा बचाव करण्यास मागेपुढे पाहिले नाही. तेव्हा धर्माच्या योगाने दुही माजते, धर्म एकीच्या आड येतो, असे कधीही म्हणता येणार नाही.

शेवटी मी पुन्हा एकवार सांगतो की, माझी मते मी लोकांपुढे निर्भीडपणे ठेवतो; म्हणून लोकप्रियता मिळविण्याकरिता मला काही लोक ओंगळ शिव्या देतात; पण त्या हास्यास्पद होतात. सुजनांच्या निंदेस ते पात्र होतात; याचे मला वाईट वाटते. मी मागासलेल्या लोकांचा उद्धार करण्याचा प्रयत्न करतो. त्यांचा दर्जा समाजात वाढावा असे माझे प्रयत्न आहेत; पण त्यांचा विपर्यास करून मजवर ब्रह्मद्वेषाचा आरोप करण्यात येतो तो कितपत खरा आहे, याचा विचार आपणच करावा. हे विचार-निर्णय करण्याचे काम मी आपल्यावरच सोपवितो.

आपण मला आज 'आपला' असे म्हटले आहे. त्याचप्रमाणे शेवटपर्यंत प्रेम दृढ ठेवा. मीदेखील कितीही अडचणी आल्या, कितीही त्रास झाला, तरी त्याला न जुमानता उन्नतीच्या महत्कार्यास शक्य तेवढा हातभार लावण्यास कधीही माघार घेणार नाही, असे आश्वासन देऊन आपले भाषण संपवितो.

पृथ्वीवर 'ब्राह्मण' मुळीच नाहीत!

नागपूर येथे 'अखिल भारतीय बहिष्कृत समाज परिषदे'च्या
समारोपप्रसंगी राजर्षी शाहू महाराजांनी केलेले हे छोटेखानी भाषण
(दि ३० मे १९२०). या पृथ्वीवर आता ब्राह्मण व शूद्र असे दोनच
वर्ग अस्तित्वात आहेत, असे प्रतिपादणाऱ्या अहंकारी ब्राह्मण पंडितांवर
महाराजांनी येथे कठोर हल्ला चढविला आहे. ब्राह्मण सोडून बाकीचे
तिन्ही वर्ग जिवंत असल्याचा युक्तिवाद त्यांनी केला आहे.

मित्र हो,

मी आज आपला अध्यक्ष झालो व नेहमी आपला कैवार घेतो म्हणून
एक विवक्षित जात नेहमी माझी टवाळी, निर्भर्त्सना करिते. लोकमत
माझ्याविरुद्ध करण्यास चिथावून देते. परंतु अशाने मला उत्साह व
उत्तेजन येते. जी वर्तमानपत्रे माझी निर्भर्त्सना करतात, त्यांचे मी
अभिनंदनच करतो. मला कितीही त्रास व उपहास सोसावा लागला, तरी
मी निमूटपणे सोसतो व तुमच्या सेवेस मी हाकेबरोबर हजर असतो.
माझी नोकरी घेण्यास आपण कोणतीही शंका बाळगू नका.

मी व माझे मित्र निंबाळकर, भोसले, बाबूराव यादव, कदम, दत्तोबा
पेंटर, बेळगावचे पाटील यांनी आपल्या सेवेस सर्व झीज सोसून आपले देह
झिजवण्याबद्दल शपथा घेतल्या आहेत. आपल्या सर्वांच्या कृपेने माझा
मुलगा कर्ता आहे, तो माझ्यामागे सर्व पाहण्यासारखा आहे. तरी माझ्यावर
एखाद्या 'ऑलीगार्कीने' आपल्या 'ब्युरॉक्रसी'चा अंमल जर स्थापित केला,
तर मी माझे सर्व राज्य आपल्या मुलावर सोपवून तुमच्या सेवेत राहण्याची
प्रतिज्ञा केली आहे. माझ्याकडून सेवा घ्याल अशी आशा आहे.

जो दुसऱ्यावरी विश्वासला ।। त्याचा कार्यभाग बुडाला ।।
जो आपणाचि कष्टत गेला ।। तोचि जाण भला ।।

या नियमाप्रमाणे आपल्या हितसाधक बंधूंनी मदत केल्यास त्यांच्या मदतीचा (आपण) मोठ्या जोराने निषेध करा.[१]

आमचे मित्र डॉ. परांजपे असे म्हणाले की, "वर्णाश्रम धर्माप्रमाणे क्षत्रियेतर मुळीच नाहीत व बाकीचेही वर्ण नाहीत."[२] परंतु ही गोष्ट मात्र मला मान्य नाही. ब्राह्मणांना ब्रह्मकर्म रोज करावे लागते व त्याचे सामर्थ्य, शापाने एखाद्यास भस्म करण्याचेही असते. याप्रमाणे कोणतेही ब्रह्मतेज त्यांच्या अंगी दिसत नाही. दस्यू व चांडाळाची वृत्ती हेही ते घेतात. नोकरीचा पेशा हे एक त्यांनी आपले चरण्याचे कुरण बनवून टाकले आहे. यावरून हे ब्राह्मण मुळीच नाहीत. निदान या दक्षिणेत तरी हे खात्रीपूर्वक सांगता येईल.

पृथ्वीवर ब्रह्मतेज कोणातच नाही. याअर्थी पृथ्वीवर ब्राह्मणही कोणी नाही. वैश्य वैश्याचा धंदा करितात (ते गीतेतल्या नियमाप्रमाणे वैश्य व शूद्र आहेत) व शूद्र शूद्रांचा करितात. क्षात्रकर्म रोज करण्याचे कारण नसते. क्षात्रकर्म रोज करू लागल्यास सर्वच मरून जातील; परंतु क्षात्रकर्म दाखविण्याची वेळ दोनशे वर्षांतून दोन वेळच येते. त्याप्रमाणे महायुद्धात मराठ्यांनी क्षात्रकर्म दाखविले आहे. तेव्हा क्षत्रियांच्या अस्तित्वाबद्दल शंका उरत नाही. मात्र डॉ. परांजपे यांच्या म्हणण्याप्रमाणे ब्रह्मकर्म करणारे ब्राह्मण (सध्या) नसल्यामुळे दस्यू, नोकरपेशा करणेवाली अशी ही नवीनच जात बनली आहे. ब्राह्मणाशिवाय तीन वर्ग जिवंत आहेत हे सहजच लक्षात येईल.

---

१. महाराजांना या ठिकाणी असे म्हणायचे आहे की, दुसऱ्या जातीचा, विशेषतः ब्राह्मण जातीचा, कोणी नेता तुमचे भले करतो असे म्हणू लागला, तर त्याचे पुढारीपण स्वीकारू नका; आपला नेता आपल्यातूनच निवडा – संपादक.

२. या कालात ब्राह्मण जातीतील अहंकारी मंडळींचे मत असे होते, की समाजात आता ब्राह्मण व शूद्र असे दोनच वर्ग अस्तित्वात असून, क्षत्रिय व वैश्य हे वर्ग लुप्त झाले आहेत. महाराज हा संदर्भ घेऊन बोलत आहेत. – संपादक

सामाजिक नीतिमत्तेची वाढ

कर्नाटकातील हुबळी येथे दि २७ जुलै १९२० रोजी भरलेल्या कर्नाटक ब्राह्मणेतर सामाजिक परिषदेच्या अध्यक्षपदावरून राजर्षी शाहू महाराजांनी केलेल्या या भाषणात ब्राह्मण वर्गाने मत्स्यपुराण, महाभारत इत्यादी धार्मिक ग्रंथात बनावटी कक्षा घालून हिंदू समाजाचे अधःपतन कसे केले आहे, हे सोदाहरण स्पष्ट केले आहे. अशा बनावटी धर्मग्रंथातील सामाजिक निर्बंध ब्राह्मणेतरांवर बंधनकारक नाहीत, असे सांगून महाराज पुढे म्हणतात की, मद्यपान, बालविवाह, जुलमाचे वैधव्य, देवास मुली वाहणे या वाईट रीतीभातींमुळे हिंदू समाजाची एकंदर शारीरिक, मानसिक व बौद्धिक अवनती झाली आहे. ब्राह्मणेतरांनी इंग्रजी राजवटीशी एकनिष्ठ राहून मिळालेल्या सुधारणा आपापसांतील भेदभाव मोडून कृतीने यशस्वी करून दाखविल्या पाहिजेत, अशी अपेक्षा महाराजांनी या ठिकाणी व्यक्त केली आहे.

सर त्यागराज चेट्टी, माझे प्यारे मर्द भाई व भगिनींनो,

मी आज या परिषदेचा अध्यक्ष होण्यास लायक व योग्यतेचा नसताना आपण मला आपलाच समजून हक्काने अध्यक्ष केले, याबद्दल मला कितीतरी अभिमान वाटत आहे. या इलाख्यात धारवाड, हुबळी वगैरे ठिकाणी मी विद्येकरिता माझे तरुणपण घालविले, त्या मुलखात मी आज दुसऱ्यांदा आपल्या परिषदेचा अध्यक्ष आपण केल्यामुळे आलो आहे.

या प्रसंगामुळे आम्हास सर त्यागराज चेट्टी यांच्यासारख्या महापुरुषाची प्राप्ती झाली आहे. मिस्टर चिकोडीसारख्या उत्साही गृहस्थांची जोड मिळाली आहे. मिस्टर मेणशिनकाई व मिस्टर कंबळी यांनी तर रात्रंदिवस मेहनत करून आपली परिषद यशस्वी केली आहे.

ब्राह्मणांनी विद्या रक्षण केली व विद्येची ज्योत राखिली, याबद्दल आम्ही त्यांचे कितीतरी अभिनंदन करावे. परंतु त्या वेळी नामदार रानडे, गोखले, आगरकर यांच्यासारखे उदारमतवादी असते, तर खरोखरच त्यांनी सर्वांना विद्यादान दिले असते व अप्पलपोटेपणाने दुसऱ्यांना विद्या शिकवू नये असा जो प्रकार चालू झाला, त्याला आळा पडला असता. म्हणून आज ब्राह्मणेतरांना स्वतंत्र परिषद भरविण्याचा प्रसंगही आला नसता.

मी जात नको, असें प्रतिपादन करतो; परंतु वर्ग पाहिजे, असे माझे ठाम मत आहे. ब्राह्मणी धर्मात जात असल्यामुळे ब्राह्मण जातीने, कुलवान ब्राह्मणेतर स्त्रीशी कसेही असभ्यतेचे वर्तन केले, तरी त्यांचा कुलोद्धार होतो. उदाहरणार्थ, कृष्णस्त्रियांवर काही संकट आले असता दाल्भ्य ऋषींनी त्यांना व्रत करण्याबद्दल आदेश दिला. ते व्रत असे आहे : रविवारी, हस्त, पुष्य व पुनर्वसू नक्षत्रावर स्त्रीने औषधीयुक्त उदकाने उत्तम प्रकारे स्नान करावे. नंतर विष्णूची 'लिंगस्थानाय नमः कंदर्पविधयेनमः' इत्यादी मंत्रपूर्वक पूजा करावी. नंतर अवयवांनी अव्यंग अशा ब्राह्मणास बोलावून त्यास यथेच्छ पंचपक्वान्नांचे भोजन देऊन, हा साक्षात कामदेव असे चित्तात मानून तो रतीसाठी जे जे इच्छील ते ते तिने करून, सर्व भावाने आपला देह, हास्ययुक्त भाषण करीत, त्यास अर्पण करावा. पुढे हे व्रत घेतल्या दिवसापासून जो ब्राह्मण रतिसुखासाठी रविवारी येईल, त्याला सर्वभावेकरून अवश्य मानावे व तो गेल्यानंतर इतरांचा आश्रय करावा.[१]

महाभारतात गृहस्थाश्रम धर्म असा सांगितला आहे : एक ब्राह्मण ओघवती राणीकडे जाऊन तिला 'मी अतिथी आहे, माझे मनोरथ पूर्ण कर. हा अतिथी धर्म आहे,' असे सांगून तो तिचा उपभोग घेऊ लागला. इतक्यात तिच्या नवऱ्याने बाहेरून येऊन दारावर थाप मारली. तेव्हा

---

१. मत्स्यपुराण : अध्याय ६९ : कलकत्ताप्रत

ब्राह्मणाने आतून ओरडून सांगितले की, "हे अग्निपुत्रा सुदर्शना, मी ब्राह्मण तुझ्या येथे अतिथी आलो आहे. ही तुझी पत्नी अतिथीयोग्य अशा सत्काराने मला रतिसुख देऊन संतुष्ट करीत आहे." त्यावर तो राजा हसून म्हणाला, "माझी सर्व संपत्ती, बायको फार काय तर प्रत्यक्ष माझे प्राणही मी अतिथीला देईन, अशी माझी प्रतिज्ञा आहे. गृहस्थाश्रमी – याचा हा धर्मच आहे."[२]

कदाचित याजवर काही लोक असा आक्षेप घेतील, की या जुन्या पुराणांतील कथा आहेत. त्या आता कशास उकरून काढता? परंतु त्याचे परिणाम आज तारखेपर्यंतही कसे जनतेस भोगावे लागत आहेत, हे पुढील उदाहरणावरून दिसून येईल : विक्रम संवत् १९५७ मध्ये (इ.स. १९०१) आषाढ महिन्यात अलाहाबाद येथे एका गृहस्थाने आपल्या मातेच्या अनुमतीने, पुराणांतील गोष्टीस अनुसरून आपल्या स्त्रीचे दान करून टाकले. तिच्या दंडास धरून उपाध्याय तिला आपल्या घरी नेऊ लागला. त्या गृहस्थाने आपल्या स्त्रीस परत मिळविण्याकरिता पाच हजार रुपये देऊ केले; पण व्यर्थ. शेवटी तंटा विकोपाला गेला. ब्रिटिश मॅजिस्ट्रेटने असा निकाल दिला की, देणगी इंग्रजी कायद्याविरुद्ध असून उपाध्याय शिक्षेस पात्र आहे. त्या वेळच्या वृत्तपत्रांत याची सविस्तर हकिगत दिसून येते. जर एक जात याप्रमाणे प्रबल नसती, तर असे प्रसंग केव्हाच आले नसते. करिता जाती मोडून वर्गास महत्त्व देऊ या. जे आपणाशी सहकार्य करण्यास अगर सहानुभूती दाखविण्यास तयार नाहीत, त्यांना विनवून पाहू या, बोधून पाहू या. सुविचार सांगून पाहू या. त्यांनी ते न मानल्यास त्यांचा द्वेष न करता आपण त्यांच्या वाटेस न जाण्याचे ठरवू या. परमेश्वर न्यायी आहे. त्यांच्या अवनतीच्या कृत्यांबद्दल त्यांना पश्चात्ताप झाला असे दिसून आल्यास व पुन्हा ते आपल्या वळणावर जाणार नाहीत अशी आपली खात्री झाल्यावर, त्यांना आपणांत बंधुप्रेमाने मिसळून घेऊ या. 'चातुर्वर्ण्य मया कृष्टम् गुणकर्मविभागशः' याचा आधार घेऊन श्रेष्ठपणा स्थापित करण्याचा प्रयत्न होत आहे, हे विस्ताराने दाखविण्याची जरुरी नाही. वसिष्ठ वगैरे ऋषी हलक्या कुळात उत्पन्न झाले असताही गुण व कर्म यांच्या योगानेच

---

२. *महाभारत : अध्याय दुसरा : अनुशासन पर्व*

त्यांना ब्राह्मणत्व मिळाले आहे. हीच परंपरा आजपर्यंत चालत असती, तर सध्या दिसत असलेली समाजाची अवनती व दुही दिसलीच नसती.

नुकत्याच संपलेल्या मोठ्या युद्धात हल्ली जी आमची मदत राष्ट्राला झाली, ती लोकसंख्येच्या मानाने योग्य झाली असे मला मुळीच वाटत नाही. मी रिक्रूटिंग बोर्डाचा मेंबर असल्याने ही गोष्ट मला खात्रीलायक माहीत आहे. ब्राह्मण-ब्राह्मणेतर हा भेद नसता, तर लढाईत यापेक्षा जास्त मदत साम्राज्यास झाली असती. त्या योगाने राष्ट्रकार्यही मोठ्या जोराने झाले असते.

जैन व लिंगायत वगैरे मूळचे हिंदू असून नीतीने, बुद्धीने व शरीरसंपत्तीने मजबूत असल्याने, ब्राह्मणांनी अप्पलपोटेपणाने त्यांच्या शिक्षणाचा मार्ग बंद केला. ते नाराज होऊन, त्या धर्मातून निघून, त्यांनी नवीन धर्म स्वीकारला. अशा रीतीने ब्राह्मणी जू झुगारून देऊन ते स्वतंत्र झाले, तरी ब्राह्मणेतर आपले आप्तेष्ट होत, भाऊबंद होत; हे आपण स्वतंत्र झालो असताही न विसरता, आपल्यात व्यापारधंदा कसा वाढला, विद्यावृद्धी कशी झाली, सांपत्तिक स्थिती कशी सुधारली, हे आपल्या गरीब मराठे व इतर ब्राह्मणेतर बंधूस समजावून सांगतात...जड जोखडाखाली त्रासून गेलेल्यांना विद्यादान व व्यापारी ज्ञानदान देऊन आमचे जैन, लिंगायत बंधू बंधुप्रीतीची वाढ करीत आहेत, हे पाहून कितीतरी आनंद होत आहे. त्यांचे जसे आमच्यावर प्रेम आहे, तसेच आमचेही त्यांच्यावर पूर्ण प्रेम आहे हे आजच्यासारख्या प्रसंगाने वारंवार व्यक्त होत आलेच आहे. अशा प्रकारची सहकार्यता आमच्या कार्यास ज्याप्रमाणे, रानडे, गोखले, आगरकर वगैरे उदारमतवादी ब्राह्मणांकडून मिळत होती; जी ज्योती त्यांच्या निधनानंतर बहुतेक विझून गेल्यासारखी दिसत होती, त्या ज्योतीचे पुनर्जीवन होऊन ती सहकार्यता पुन्हा एकवार आम्हांस मिळू लागेल; असे आम्ही प्रयत्न करावेत.

'केसरी'कारांनी असे म्हटले की, ''सद्बुद्धीने बोलावयाचे तर ईश्वराचे मुख, बाहू, उरू व पावले असा भेद न करता सर्व मनुष्यजात एकाच ईश्वरापासून निर्माण झाली आहे असेही म्हणता येईल. पण बोलणाऱ्याची बुद्धी सरळ नसली म्हणजे सैतानालाही बायबलात आधार सापडू शकतो.'' याबद्दल या पत्रकारांचे आम्ही अभिनंदनच करतो. आमचे म्हणणे तरी तेच आहे. परंतु 'बोले तैसा चाले, त्याची वंदावी पाऊले'.

आजपर्यंत आम्ही एकाच ईश्वराची लेकरे आहोत, या समभावनेने, ब्राह्मण म्हणविणाऱ्यांनी ब्राह्मणेतरांना केव्हा तरी वागविले आहे काय? वागविणे तर दूरच राहो, परंतु बोलणे तरी आता सुचू लागले आहे, हे कशाचे फळ आहे?

क्षत्रियांचे गुरू ब्राह्मणच होते, असेही तेच पत्र म्हणते. वसिष्ठ ऋषींचा जन्म वेश्येपासून झाला आहे, त्यांनी आपल्या गुणकर्माने अधिकार संपादून ब्राह्मणपद मिळविले होते. ब्राह्मणाधिकारयुक्त ब्राह्मण हे आम्हास केव्हाही पूज्यच वाटतील. मग ते जन्मतः शूद्र असोत अगर अतिशूद्र असोत. महाभारत, भागवत वगैरे महापुराणे व इतर पुराणे ही सर्व ब्राह्मणांनीच लिहिली आहेत. त्यातील लिहिणाऱ्यांच्याविरुद्ध विधाने ही लिहिणाऱ्यालाच बंधनकारक होतात. इतरांस विरुद्ध असलेली विधाने मात्र इतरांस बंधन होऊ शकणार नाहीत, हे पुराव्याचे कायद्यातील तत्त्व कायदेपंडित म्हणविणाऱ्यास शिकवावयास पाहिजे काय?

समाजाची नीतिमत्ता वाढणे हे सामाजिक सुधारणेचे एक महत्त्वाचे अंग आहे. वाईट रीतिभाती व धर्मभोळेपणा यांच्या योगाने आमच्यामध्ये मद्यपान, बालविवाह, जुलमाचे वैधव्य, देवास मुली वाहणे असे घातक प्रकार रूढ होऊन, त्यापासून शारीरिक, मानसिक व बौद्धिक अवनती झाली आहे. ही अवनती दूर करण्यास आपण उपाययोजना करावी. याबाबतीत शील बनविणे हेच मुख्य कर्तव्य आहे. शीलवान नागरिकाशिवाय राष्ट्र बनणे अगर उदयास येणे, या गोष्टी शक्यच नाहीत. शारीरिक उन्नतीकडेही आपण लक्ष दिले पाहिजे. परंतु केवळ शारीरिक शौर्य, वीर्य कितीही अंगात असले, तरी नीतिमत्तेची अवनती झाल्याबरोबर रोमसारखी बलाढ्य राष्ट्रेही कशी रसातळाला गेली, हे आपण विसरता कामा नये.

गेल्या लढाईत ज्या विवक्षित हिंदू जातीची मदत फार झाली आहे, राजनिष्ठेकरिता व राष्ट्रकार्याकरिता जातिभेद व धर्मभेद विसरून ज्यांनी आपल कर्तव्यकर्म उज्ज्वलपणे पार पाडिले आहे; त्यांनी इतरांना हा एक कर्तव्यकर्माचा धडाच घालून दिला आहे. राष्ट्राची उन्नती व सार्वभौम सरकारशी राजनिष्ठा, हाच आपला धर्म समजून वागण्याचे श्रेष्ठ धाष्ट्यं दाखविण्याची संधी इंग्रज सरकारने गेल्या युद्धात आपणांस दिली. याबद्दल त्यांचे खरोखरीच आपण फार आभार मानले पाहिजेत. त्यांच्या योगाने आपल्या धार्मिक, सामाजिक उत्क्रांतीस व उन्नतीस फारच मदत

झाली आहे.

इंग्रज सरकारचे राज्य, १८५७ सालानंतर, या देशावर चिरस्थानी झाले, त्या वेळेपूर्वी आम्ही जवळजवळ रानटी स्थितीतच होतो. रेल्वे नव्हत्या, तार ऑफिसे नव्हती, धर्मसहिष्णुता व नियमितपणा या गोष्टीस आम्ही पारखेच होतो. स्वराज्य मागण्याइतकी लायकी आपणास यावी, अशा प्रकारचे शिक्षण देऊन आमच्यांत त्यांनी सामाजिक व धार्मिक सुधारणा घडवून आणली, ही गोष्ट आम्हांस केव्हाही विसरता येणे शक्य नाही.

मुसलमान हे नेहमी मराठ्यांप्रमाणे क्षात्रकर्म करितात. त्यांच्या चालिरीतीही बहुतेक मराठ्यांप्रमाणेच आहेत. मराठ्यांच्या फौजेत मोठमोठे मुसलमान सरदार होते, त्याप्रमाणेच मुसलमानांच्या फौजेत मराठे सरदार होते. हल्ली इंग्रज सरकारच्या फौजेत मराठा व मुसलमान खांद्याला खांदा लावून लढले आहेत. तुर्कस्तानसारख्या मुसलमान राष्ट्रावर जय मिळविला आहे. टर्की, पर्शिया, अफगणिस्तान वगैरे मुसलमान राष्ट्रांना रशियन अस्वलाच्या तावडीतून आजपर्यंत वाचविण्याचे श्रेय इंग्लंडास दिले पाहिजे. १८७७ मध्ये रशियाने कॉन्स्टँटिनोपल घेऊन तुर्कस्तानची युरोपातून उचलबांगडी करण्याचा घाट घातला होता. तो बहुतेक यशस्वीही झाला होता. इतक्यात, इंग्लंडने धाव घेऊन तुर्कस्तानचा त्या वेळी बचाव केला. त्याचप्रमाणे १८८० सालच्या सुमारास खलिफाचे संरक्षणही इंग्लंडनेच केले, ही गोष्ट विसरता कामा नये. हल्लीच्या लढाईत टर्कीचे रक्षण करावे, असे इंग्लंडास मुळापासूनच वाटत होते. परंतु टर्कीमधील जहाल पक्षाने जर्मनीशी संगनमत केल्यामुळे त्यांच्यावर मोठ्या नाखुषीने तलवार उपसणे इंग्लंडला अपरिहार्य झाले.

तुर्कांस ते वैरी असताना व त्यांच्याबरोबर लढण्यात, हिंदुस्थानातील हिंदू- मुसलमानांचे रक्त खर्ची पडले असताना, त्यांना क्षमा करा असे म्हणणे हे उचित होईल काय? औरंगजेब व शिवाजी यांच्या वेळी उभय पक्षांत हिंदू व मुसलमान सरदार होते. त्यांनी राष्ट्रोन्नतीस विघातक अशा मागण्या कधी केल्या होत्या काय? मराठे व मुसलमान यांचा हा परंपरागत धर्म आहे. 'ज्यांचे खावे मीठ, त्याशी राहावे नीट.' अरब, तुर्क हे आमचे बंधू आहेत. त्यांना मूठभर अविचारी चळवळ्यांच्या सांगण्यावरून कडेलोट करून, टाकून देणे तरी योग्य होईल काय?

तथापि त्यांना दुश्मनाप्रमाणे न वागविता मित्राप्रमाणे वागविण्यात येत आहे. हे, इंग्रज सरकार त्यांच्या हितानहिताचा विचार किती काळजीपूर्वक करीत आहे, यावरून सिद्ध होत आहे. मुसलमानी धर्माच्या पवित्र स्थानाचे रक्षण करण्याची जबाबदारी इंग्लंडने आपणावर घेतली. ते काम आतापर्यंत शक्य तितक्या चांगल्या रीतीने पार पाडले आहे.

अशा प्रकारचे इंग्लंड व हिंदुस्थान सरकारचे प्रयत्न सर्वांस माहीत आहेतच; परंतु सर्व गोष्टी आपल्या मनाप्रमाणे होत नाहीत, म्हणून हिंदुस्थानच्या मुसलमानांस वाईट वाटणे साहजिक आहे. त्याबद्दल आमच्यासारख्या त्यांच्या खऱ्या हितचिंतकास फार सहानुभूती वाटते. इंग्रज सरकारचे प्रयत्न कसे चालले आहेत हे माहीत असतानाही, त्यांच्या प्रामाणिकपणाविषयी शंका घेऊन लोकांची मने कलुषित करण्याचे काम, काही मुसलमान व हिंदू पुढाऱ्यांनी चालविले आहे. ही मोठ्या खेदाची गोष्ट होय. त्याच्या योगाने बहुजन समाजाच्या मनात सरकारविषयी अप्रीती उत्पन्न होते व वाढते. हे मुळीच इष्ट नाही.

हे सर्व ध्यानी आणूनच आमचे 'हिज एक्झालटेड हायनेस' निजामसाहेब यांनी, या चळवळीपासून प्रजेस अलिप्त राहण्यास बजाविले आहे. त्यांचे उदाहरण ब्रिटिश इंडियात व इतर ठिकाणी घेतील अशी मला उमेद आहे. निजाम, अरब, खुद्द तुर्क यांच्यापेक्षा आपल्या म्हणण्यास अधिक महत्त्व द्यावे, असे बाकी राहिलेल्या मूठभर मुसलमानांस, अवनतीस पोचलेले व आपणास पुढारी म्हणवून घेणारे, कसे दाखवू शकतील? मुसलमानासारख्या बहुसंख्याकांनी जर ही चळवळ केली, तर हिंदुस्थानातील पुढाऱ्यांनी त्यांना मदत करणे योग्य होईल. परंतु मूठभर नाराज लोकांचा पुढाकार घेऊन, बेकायदा व बेसनदशीर चळवळीत सामील होऊन अवनतीस कारण होऊ नका. हिंदू-मुसलमानांची पूर्वापार चालत आलेली व नुकत्याच झालेल्या महायुद्धात खांद्यास खांदा भिडवून एकदिलाने लढून घट्ट बसलेली सामाजिक घडी पुन्हा विस्कळीत होऊ देऊ नका. सरकारबरोबर असहकारिता करणे म्हणजे आपली उन्नती खुंटविणे आहे. समाजाचा मूळ पायाच खणून काढणे आहे. सरकार सुव्यवस्थित चालेल तेव्हाच आमची शारीरिक, धार्मिक व नैतिक उन्नती करून घेण्यास अवसर मिळेल. यासाठी देशाचे खरे हित ज्यांना करून घेण्याचे आहे, ते अशा चळवळींपासून अलिप्त राहतील, अशी मला

उमेद आहे.

'चेम्सफर्ड मॉंटेग्यू रिफॉर्म्स' प्रमाणे आज आम्हास स्वराज्य मिळत आहे. तेवढेही स्वराज्य कोणत्याही पूर्वीच्या कॉन्फरन्सपासून मिळाले नव्हते. याचा आम्ही दुरुपयोग न करता सदुपयोग करून आमच्या बादशहास दाखविले पाहिजे. ते चिरायू होवोत म्हणून परमेश्वराची प्रार्थना केली पाहिजे. आम्ही योग्य पुढारी नेमून दिले पाहिजेत. रिफॉर्म यशस्वी करून दाखविल्या पाहिजेत. जर अयोग्य व अविचारी पुढारी नेमले, तर त्याच्या दुष्परिणामास आम्हीच जबाबदार होऊ, सरकार होणार नाही; हे लक्षात ठेवले पाहिजे. आपली सामाजिक व धार्मिक उन्नती करून घेतली पाहिजे. म्हणजे आमच्यामध्ये जे पुष्कळसे, जातिभेदामुळे पक्ष झाले आहेत, ते मोडले पाहिजेत. सर्वांना समतेने वागविले पाहिजे. सर्वांना विद्यादान दिले पाहिजे, सर्वांचा धार्मिक हक्क समान समजला पाहिजे; वगैरे सुधारणा कशा केल्या पाहिजेत, याचा विचार परिषदेने करावा. या कामात काही ब्राह्मण म्हणविणारेही मदत करतीलच. अशा आमच्या हितकर्त्यांचे आम्ही उपकार मानू, आजची संधी न दवडता ब्राह्मणेतरांनीही आपापसांतील भेदभाव मोडून खऱ्या बंधूप्रमाणे सामाजिक ऐक्य व धार्मिक सहिष्णुता कृतीने घडवून आणली पाहिजे. अशा प्रकारची ही परिषद नवीनच आहे. यात काळाचा व द्रव्याचा व्यर्थ व्यय झाल्याचा आरोप आपणावर न येईल, असे आपल्या कृतीने आपण दाखविले पाहिजे....

आपले ब्राह्मणेतरांचे योग्य हक्क मागण्याचे काम पवित्र आहे. भूतदयेने प्रेरित असल्याने धार्मिकही आहे. त्यास ईश्वरी आशीर्वाद खात्रीने आहे, असे समजून आपण सर्व उत्साहाने कामास लागू या. मी आपणा सर्वांच्या सेवेस तत्पर आहे. आपणांस परमात्मा पूर्ण यश लवकर देईलच देईल.

बौद्धिक गुलामगिरीतून सुटून जा!

कर्नाटकात हुबळी येथे दि. २७ जुलै, ११२० रोजी भरलेल्या 'कर्नाटक ब्राह्मणेतर सामाजिक परिषदे'च्या समारोपप्रसंगी राजर्षी शाहू महाराजांनी केलेले भाषण. प्रस्तुत भाषणात ब्राह्मणांनी अन्य वर्णीयांवर लादलेल्या बौद्धिक गुलामगिरीतून जोराचा यत्न करून आपली मुक्तता करून घेण्याचा व आपल्या स्वतंत्रतेसाठी प्रसंगी जीव कुर्बान करण्याचा संदेश महाराजांनी आपल्या बांधवाना दिला आहे.

माझे देशबांधव हो,

काही वर्षांपूर्वी काही ब्राह्मण पुढाऱ्यांनी लोकसेवेचा मोठा आव आणून प्राथमिक शिक्षण सरकारने दिले पाहिजे, असा ओरडा केला. परंतु पुढे त्यांनी स्वतः काय केले? फक्त तोंडाची वाफ दवडली, एवढेच. तेच दुसरे उदाहरण घ्या. आय. सी. एस.ची परीक्षा हिंदुस्थानातही झाली पाहिजे, अशी चळवळ त्यांनी सुरू केली, चालू ठेविली व कमिशन नेमून घेतले. परंतु आमच्या सुदैवाने त्यात त्यांना यश आले नाही. त्यातील इंगित आपण नीट ध्यानात घ्या. जर प्राथमिक शिक्षणाची खटपट ते मनापासून करते, तर ज्याप्रमाणे आय. सी. एस. परीक्षेकरिता फंड उभारला, त्याचप्रमाणे प्राथमिक शिक्षणाकरिता फंड उभारून गावोगाव मास्तर पाठवून प्राथमिक शिक्षणास सुरुवात करणे त्यांना अशक्य होते काय? आय.सी.एस.च्या खटपटीला व कॉलेज स्थापन करण्याला मात्र भरपूर पैसा मिळतो; पण प्राथमिक शिक्षणास मात्र या लोकांजवळ पैसा नाही. का? त्याच्या योगाने ब्राह्मणेतरांस फायदा झाला असता, हेच त्यातील इंगित होय.

अनाथ बालिकाश्रमासारख्या संस्था सर्वांच्या पैशावर उभारल्या जातात; परंतु त्यांच्या नियमांचे निरीक्षण केल्यास मलई सर्व ब्राह्मणांच्याच पदरी पडते, असे दिसून येते. त्यांतील एकच नियम घ्या. ज्या जातीत पुनर्विवाहाची चाल नाही अशांच्या विधवांना फक्त या समाजात घेता येईल, असा तो नियम आहे. म्हणजे ब्राह्मण व मराठे अशा दोनच जाती राहिल्या. त्यात मराठ्यांत बहुतेक पडदा आहे. म्हणजे आश्रमाचा फायदा घेणारे फक्त ब्राह्मण राहिले. ब्राह्मणेतरांनी पैसे मात्र द्यावेत; फायद्याची आशा धरू नये. अशा या ब्राह्मणकाव्यास फसू नका. आपले शिक्षण आपल्या हाती घ्या व उन्नतीच्या मार्गास झपाट्याने लागा.

ब्राह्मण व ब्राह्मणेतरांच्या वादास आता कोठे थोडे रूप येऊ लागले आहे. वर्तमानपत्रात माझी नालस्ती सुरू झाली आहे. धाकधमकी दाखवून व सभ्यतेला अनुचित असे माझ्या व माझ्या घरच्या मंडळीविरुद्ध वर्तमानपत्रांत रोज येत आहे. याउपरही जर मी भ्यालो नाही व अशा चळवळीतून अंग काढून घेतले नाही, तर ज्याचा उपयोग त्यांनी जॅक्सन, रँड व जाधवराव यांजवर केला अशा अतिनीच, भ्याड व सभ्यतेला न शोभण्याजोग्या त्यांच्या हत्यारांची योजना माझ्याविरुद्ध केली जाईल, अशीही मला ते भीती घालतात. परंतु असे भ्याड व मनुष्यजातीस लाजवणाऱ्या हत्यारांचा उपयोग करून यांची मनीषा तरी ईश्वर तृप्त करो !

ब्राह्मणेतरांची उन्नती काही द्वेषी व उपद्व्यापी लोकांस इतकी असह्य होते की, त्या उन्नतीच्या मार्गांत अडचणी आणाव्यात, अशी त्यांना इच्छा होते. आपली ब्राह्मणेतर परिषद करण्याचे ठरल्यावर हुबळी येथील बाजारास आग लागावी व गेल्या रात्रीच श्रीनंदीची मूर्ती भग्न व्हावी, या गोष्टी आमच्या मार्गात विघ्न आणण्याच्या उद्देशाने तर केल्या नसतील? अशा गोष्टींनी नाउमेद होण्याचे कारण नाही. आम्ही मुळीच नाउमेद होणार नाही. उलट आमचा उत्साह असाच वाढणार आहे. असले प्रयत्न आमच्यातील बंधुप्रेम वाढवितील, यात मला तरी शंका वाटत नाही.

इंग्रजी राज्यापासून आमच्या उन्नतीचे द्वार कसे मोकळे झाले, हे पुनःपुन्हा सांगण्याची जरुरी नाही. श्री प्रतापसिंह महाराज छत्रपती हे पेशव्यांचे ताब्यात असता लहानपणी लिहिणे, वाचणे शिकण्याचीही त्यांना बंदी होती. तेव्हा त्यांच्या पूज्य व धोरणी आईने त्यास रात्री बारा

वाजता उठवून ब्राह्मणेतर पंतोजीकडून लिहिणे, वाचणे शिकविण्याचे काम केले. पुढे पेशवाई जाऊन इंग्रजांकडे राज्य आल्यावर आपले क्षत्रियत्वाचे हक्क परत मिळविण्याचे व ब्राह्मणांचे फाजील महत्त्व कमी करण्याचे काम त्यांनी हाती घेतले. तेव्हा ब्राह्मण लोकांनी चिडून, खोटी कारस्थाने रचून, इंग्रज सरकारचा गैरसमज केला व त्यास गादीवरून दूर करविले. तशीच भीती ते मला आज घालीत आहेत. पण मी ईश्वरी व इंग्रजी न्यायावर व आपल्यासारख्या देशप्रेमी स्नेह्यांच्या सहानुभूतीवर विश्वास ठेवून स्वस्थ मनाने माझे कर्तव्य करीत राहीन.

ब्राह्मण या शब्दाचे लक्षण 'स्मृती' ग्रंथातून दिलेले आढळते. त्या लक्षणाप्रमाणे ब्राह्मण ब्रह्मकर्मरत असतो. पण असा एक तरी मनुष्य हल्ली ब्राह्मण म्हणविणाऱ्यांत मिळेल काय...? शंका आहे. आता नुकतीच सांगितलेली, मनुष्यपणाला लाज आणणारी नीच कृत्ये करणाऱ्यांस ब्राह्मण कसे म्हणता येईल? असे असल्याने हल्लीच्या काळात खऱ्या ब्राह्मणांच्या अस्तित्वाविषयीच संशय प्रकट केल्यास त्यात चुकले कोठे? नुकत्याच झालेल्या युद्धात आपला लोप झाला नाही असे क्षत्रियांनी सिद्ध केले आहे. वैश्य तर आपल्या व्यापाराने सधन होऊन उजळ मार्गाने फिरत आहेत. शूद्र बिचारे रात्रंदिवस सेवा करून आपली उपजीविका करत आहेत. परंतु ब्राह्मणांनी मात्र कर्मलोप केल्यामुळे जुन्या वर्णव्यवस्थेप्रमाणे आपले अस्तित्व अजिबात लोप पावले आहे, असे कट्टर वर्णाश्रमाभिमान्यांसदेखील कबूल करावे लागेल.

आता आम्ही काय करावे हे थोडक्यात सांगतो : येथे भरल्या तशा ब्राह्मणेतरांच्या सभा जागोजागी भरल्या पाहिजेत. ब्राह्मणेतरांची चळवळ यशस्वीपणाने कशी चालवावी हे आपणास मद्रासकडून शिकले पाहिजे. यासाठी मद्रासचे वक्ते आणू या. पुण्या-मुंबईस त्यांनी केलेल्या कामाची जाणीव करून देऊ या. ते येतील अशी माझी खात्री आहे. ब्राह्मणेतरांची परिषद भरवा. पुणे-मुंबई वगैरे ठिकाणी लवकरच भरवा. मुंबई-पुणे येथील ब्राह्मणेतर या चळवळीच्या चिकाटीत मद्रासपेक्षा फारच मागे आहेत. तेथील ब्राह्मणेतरांच्या पुढाऱ्यांच्या शिक्षणापुढे आमचे पुढारी म्हणजे केवळ मुलांप्रमाणे शोभतील.

प्यारे बंधूहो, एक व्हा, जोराचा यत्न करा व बौद्धिक गुलामगिरीतून सुटून जा ! स्वतंत्रतेकरिता जीव द्या, काय वाटेल ते करा; परंतु तुम्हाला

जे पशूप्रमाणे वागवितात, त्यांच्यापासून स्वतंत्रता मिळवा. बारीकसारीक भेद विसरून एक व्हा व जोराचा यत्न करा. परमेश्वराच्या घरी जे रुजू आहे तेच कृत्य करा; अन्यायाने वागू नका. मद्रासच्या ब्राह्मणेतर लोकांच्या परिसाने आपणही सोने बनू या.

सामाजिक सुधारणांमध्ये धैर्य व स्थैर्य दाखविले नाही, तर राजकीय बाबतीत तरी आम्ही काय करू शकणार? आणि राजकीय बाबतीत आमचे अंगी स्थैर्य नसेल, तर आमच्या राजनिष्ठेची काय किंमत? यासाठी सामाजिक व धार्मिक सुधारणांमध्ये मनोधैर्य धरा आणि एक राष्ट्र करा; मग तुमच्या राजकीय सुधारणांस जोर येईल व तुमची राजनिष्ठा उज्ज्वल होईल.

ब्राह्मण तुम्हास भिववितील. तुमची व तुमच्या कुटुंबातील माणसांची निंदा करतील. त्यांचा प्रतिकार केला पाहिजे. मी नागपूरच्या एका भाषणात सांगितले आहे की, एखाद्या विवक्षित जातीचे लोक 'तुम्हाला मदत करतो' असे म्हणून पुढे येतील, त्यांच्यावर विश्वास ठेवू नका व स्वस्थ बसू नका. 'जो दुसऱ्यावरी विश्वासला त्याचा कार्यभाग बुडाला.' हे ब्राह्मणेतर बंधूंनो, पुष्कळ ब्राह्मण लोक सावधपणाचे ढोंग करून तुम्हास मदत करितो म्हणून पुढे येतील; परंतु त्यांच्यावर बिलकूल विश्वास ठेवू नका.

मी खामगाव येथील मराठा शिक्षण परिषदेत जातवार प्रतिनिधींची सवलत फक्त दहा वर्षे मागितली होती. ती मिळाली नाही. तरी नाउमेद होऊ नका. 'कम्युनल रिप्रेझेंटेशन' चे दान आता आम्हास नकोच आहे. "We will first deserve and then desire". कम्युनल रिप्रेझेंटेशन दिले असते, तर आम्ही थोड्या दिवसांत लवकर पात्र झालो असतो. आमच्या ब्राह्मण बंधूंबरोबर जोराने झगडून आमचे हक्क मिळविण्याचे कामी कष्ट सोसून, आम्ही चिकाटीने प्रयत्न केले पाहिजेत. पांडवातील भीमसेनाची पाठ जमिनीस लागली म्हणजे त्यास शंभर हत्तीचे बळ येई, असे सांगतात. यातील तात्पर्य तेवढे आपण घेऊ या. जितक्या जोराने आपणांस प्रतिकार होईल, जितक्या अधिक अडचणी आपल्या मार्गात येतील तितक्या अधिक उत्साहाने, अधिक जोराने व अधिक इर्षेने आपण कार्यास लागू या व यश मिळवू या.

जातीचा अभिमान मर्यादित असावा!

दि. १५ ऑगस्ट १९२० रोजी कोल्हापुरातील 'श्री राजाराम इंडस्ट्रियल स्कूल'ने कृषी व औद्योगिक क्षेत्रांस उपयुक्त अशा आधुनिक साधनांचे एक प्रदर्शन भरविले होते. त्याला जोडूनच कोल्हापुरातील आर्य क्षत्रिय समाजाने आपली एक परिषदही आयोजित केली होती. या संयुक्त समारंभाचे प्रमुख पाहुणे म्हणून राजर्षी शाहू महाराजांनी केलेले हे भाषण. देशाची उन्नती उद्योगधंद्याच्या वाढीवर निःसंशय अवलंबून असते; पण त्याबरोबर हिंदुस्थानातील ८० टक्के लोक ज्या शेतीवर अवलंबून आहेत, ती आधुनिक साधनांनी करून आपण देशाचे कल्याण साधले पाहिजे, हा विचार महाराजांनी येथे मांडला आहे. महाराज पुढे म्हणतात, की प्रत्येकाने आपल्या जातीचा अभिमान मर्यादित ठेवावा, कारण आपल्या जातीबाहेरही एक मोठा समाज आहे व त्याची सेवा म्हणजे देशाची उन्नती करण्याची जबाबदारी आपल्यावर आहे, हे विसरून चालणार नाही.

माझे देशबांधव हो,

आजच्या प्रसंगी अध्यक्षस्थान स्वीकारून, आपल्या कार्यास उत्तेजन देण्यास मला फार आनंद वाटत आहे.

आत्ताच जी हकिगत आपल्या उद्देशासंबंधाने व कार्यासंबंधाने वाचण्यात आली, ती अनेक प्रकारे मनोरंजक व बोधप्रद आहे. आपल्या जातीच्या लोकांचे हस्तकौशल्य सर्वश्रुत आहेच. ज्या ज्या प्रसंगी अशा कौशल्याची जरुरी लागते, त्या त्या वेळी मला आपल्यांतील कारागिरांची

आठवण झाल्याशिवाय राहत नाही. माझ्या नित्याच्या व्यवहारातील बऱ्याच जिनसा आपल्या कारागिरांच्या हातच्या आहेत, हे मी मोठ्या आनंदाने सांगतो. माझ्या रयतेत असे कुशल पुरुष आहेत, याचा मोठा अभिमान वाटतो. आपल्या हस्तकौशल्याचे प्रदर्शनदेखील या दृष्टीने बोधप्रद आहे. आपणास काय करता येईल, हे यावरून स्पष्टपणे दाखविले आहे. आपणांस खरे खरे स्वदेशीचे व्रत पाळवयाचे असेल, तर कोणकोणते जिन्नस येथे करविता येतील, याचाही बोध आपल्या प्रदर्शनापासून आमच्या स्वदेशभक्तांस मिळणार आहे. देशातील कलाकौशल्यास उत्तेजन मिळण्याकरिता असल्या प्रदर्शनाची किती आवश्यकता आहे, हे पाश्चात्त्य राष्ट्रांनी आपणास दाखविले आहेच. कोणत्याही मोठ्या उत्सवाच्या किंवा समारंभप्रसंगी ते एक स्व-राष्ट्रीय प्रदर्शन भरवीत असतात. आपले हे प्रदर्शन, आपल्या लोकांस भूषणावह असून, होतकरू कारागिरांस मार्गदर्शक होऊन राहील. त्याचप्रमाणे आपला माल घेणाऱ्या गिऱ्हाइकांसही त्यापासून कोणता जिन्नस कोठे मिळेल हे कळून, उपयोग होईल.

देशाची उन्नती उद्योगधंद्याच्या वाढीवर अवलंबून आहे, हे तत्त्व सर्वमान्य आहे. अशा प्रकारे उद्योगधंद्यास उत्तेजन मिळावे, याविषयी मला मोठी आवड असून, त्या दिशेचे माझे प्रयत्न आपणांस माहीत आहेतच.

हिंदुस्थान हा मुख्यत्वेकरून शेतकीचा देश आहे. यातील प्रजेचा मुख्य धंदा शेती हा आहे. शेकडा ८० टक्के लोक येथे शेतीवर उदरनिर्वाह करीत आहेत. येथील कारागिरांचे अंगी कलाकौशल्य श्रेष्ठ दर्जाचे आहे. त्याविषयी वाद नाही; परंतु हे कलाकौशल्य सांप्रतच्या यांत्रिक चढाओढीत टिकाव धरण्यासारखे नाही. सध्या पाश्चिमात्य राष्ट्रात भांडवलवाले व मजूर यांच्यामध्ये मोठी स्पर्धा लागली आहे. आजपर्यंत भांडवलवाल्यांचे दिवस होते. आता मजुरांनी आपला काळ आणला आहे. आपल्या मंडळ्या स्थापन करून सर्वांचे एकदिल केल्याने, आता त्यांना आपल्या मागण्या एकमुखाने मागता येतात व संघशक्तीच्या जोरावर त्या भांडवलवाल्यांकडून मान्य करविता येतात. पण आजही मजुरांची स्थिती तेथे फारशी स्पृहणीय नाही. अशा प्रकारच्या मजुरांचा पेशा हिंदुस्थानात यावा, हे मला पसंत नाही. भांडवलवाल्यांच्या मर्जीवर

व स्वार्थबुद्धीवर; न्यायबुद्धीवर नव्हे, हजारो माणसांचे जीवित अवलंबून राहावे, ही स्थिती बरोबर नाही. याकरिता अशा प्रकारचे, पश्चिमेच्या धर्तीवर सर्वस्वी चालणारे कारखाने आमच्या देशात फारसे फायदेशीर होणार नाहीत. शेतकीत पुरेशी प्राप्ती नाही, पोट भरत नाही म्हणून मोठ्या शहरात मजुरी करण्यास जावे लागणारे लोक दिवसेंदिवस वाढत चालले आहेत. या योगाने खेड्यांतील वस्ती कमी पडून शहरांत वस्ती फार दाट होत आहे. तेथील आरोग्य अगदी बिघडून गेले आहे. त्यामुळे खेड्यातही रोगाचा प्रसार जास्त होत आहे. याकरिता देशाचे कल्याण ज्यांना करावयाचे आहे, यांनी प्रथमतः आपल्या शेतीच्या सुधारणेकडे आवश्यक लक्ष दिले पाहिजे. इतर देशांच्या मानाने आमच्या शेतकीचे उत्पन्न सरासरीने पुष्कळच कमी आहे. ते वाढविण्यास पुष्कळ जागा आहे. शेतीच्या उद्योगात जितक्या अधिक लोकांना नेहमी काम मिळेल, तितके चांगले. यापेक्षा जास्त असलेली लोकसंख्या मजूरदारांच्या धंद्यात जावी.

शेतकी सुधारणेस सुधारलेल्या औतांची फार जरुरी आहे. आपले लक्ष तिकडे आहे ही मोठी आनंदाची गोष्ट आहे. आपल्यासारख्या कुशल लोकांनी या बाजूस विशेष लक्ष दिल्यास ही उणीव भरून येणारी आहे. नांगर व विहिरींचे पाणी काढण्याची मोट यांची सुधारणा ही आमच्या प्रत्येक शेतकऱ्याचे हित करणारी आहे. त्या दृष्टीने आपल्या प्रयत्नांचे अभिनंदन करतो. आपले प्रयत्न यशस्वी होण्याच्या कामी मजकडून योग्य ती मदत अवश्य मिळेल, याविषयी शंका नको.

आपल्या जातीत विद्येचा प्रसार करण्याचा प्रयत्न करणे, हे प्रत्येकाचे काम आहे. विद्यार्थी वसतिगृहे स्थापणे, हे कोल्हापूरचे एक वैशिष्ट्य आहे. येथे विद्यार्थी वसतिगृहांची जितकी संख्या आहे, तितकी दुसऱ्या ठिकाणी क्वचितच असेल. आपला हा प्रयत्न फार चांगला आहेच; तो सर्वांच्या वैभवास पात्र आहे.

कलाकौशल्याच्या शाळेसंबंधी फारसे सांगावयास नको. आपले कौशल्य आपल्या मुलांशिवाय दुसऱ्यास शिकवायचे नाही अशी जी घातक प्रवृत्ती होती, तिच्यामुळे आमच्या कलांचा फार ऱ्हास झाला आहे. विद्येचे खरे रक्षण ती गुप्त ठेवून होत नाही. विद्या गुप्त ठेवून रक्षण करावयाची, ही चुकी आमच्या ब्राह्मणबंधूनी प्रथम केली. त्यांचे अनुकरण

इतर लोकांनी केले. या चुकीमुळे ब्राह्मणांची विद्या निस्तेज झाली. ब्राह्मणेतर अज्ञान अंधकारात बुडाले. कारागिरांच्या विद्येचीही स्थिती तशीच झाली. त्यांची कला ऱ्हास पावली. आता आपण आपल्या जातीबाहेरील मुलांसही आपल्या शिल्पशाळेत घेऊन आपल्या मुलांबरोबर त्यास शिक्षण देण्यास तयार आहात, ही मोठी संतोषाची गोष्ट आहे. पूर्वीची चूक आपल्या लक्षात आलेली असून, ती पुन्हा होऊ नये याविषयी आपण खबरदारी घेत आहात, ही योग्य गोष्ट आहे.

जातिभेद हा हिंदुस्थानास फार मोठा रोग आहे, असे मी या प्रसंगी स्पष्ट बोलून दाखविले आहे. जातिभेद मोडण्याचे माझे प्रयत्न सतत चालू आहेत. असे असतानाही मी आपल्यासारख्या जातीविशिष्ट प्रयत्नास मदत देतो, हे माझे वर्तन माझ्या बोलण्याशी विसंगत आहे असे कोणीही म्हणेल; तेव्हा या संबंधाने चार शब्द सांगणे गैर नाही. काही पर्यायापर्यंत जातिभेद व जात्यभिमान सुटत नाही. मनुष्य आपल्या मुलाबाळांची विशेष काळजी घेतो. हे त्यांचे करणे गैर असे कोणी म्हणणार नाही. परंतु ज्याला आपल्या सबंध आयुष्यात आपल्या मुलाबाळांच्या हितापलीकडे काही दिसत नाही, त्याला कोणीही दोष देईल. ज्या समाजात आपण वाढलो, त्या समाजाची उन्नती करण्याची काळजी वाटणे हे योग्य आहे. पण त्या समाजाच्याबाहेर एक मोठा-फारच मोठा समाज आहे, त्याचीही सेवा आपणास केली पाहिजे, याची जाणीव प्रत्येकाने ठेविली पाहिजे. म्हणून जातीचा अभिमान अगदी मर्यादित असावा. आपण हिंदू आहोत, देशाची उन्नती करण्याची जबाबदारी आपणावरही आहे, याची विस्मृती होऊ देता कामा नये. थोडक्यात सांगावयाचे म्हणजे, जात्यभिमान हा राष्ट्रकार्यास पोषक असावा. राष्ट्रसेवा नजरेआड करणारा नसावा.

आपल्या जातीचा जो थोडा इतिहास आपण सांगितला, त्यावरून प्रत्येक जण आपल्या हस्तकौशल्याने व राजा किंवा सरदार अशा व्यक्तींच्या आश्रयाने उदयास आला आहे, असे दिसते. त्यामुळे त्याचे कुल उदयास आले असेल. या काळात बहुजन समाजाच्या हाती सत्ता जात असल्याने ही आपली पुराणी पद्धत आता उपयोगी पडणार नाही. सध्या राजाश्रयापेक्षा लोकाश्रयच विशेष श्रेयस्कर आहे. तसेच आता प्रत्येकाने निरनिराळे काम करण्याचे दिवस गेले. पुष्कळ लोकांनी आपली

कुशलता, अक्कल व पैसा व अंगमेहनत एकत्र केली पाहिजे. म्हणजेच सहकार्य केले पाहिजे. पूर्वी फार तर एक कुटुंब एका ठिकाणी काम करी. येणारा नफा, त्या कुटुंबातील माणसास उपयोगी पडे. आता आपली ही कुटुंबाची व्याख्या पुष्कळ विस्तृत केली पाहिजे. १०/२०/५० कुटुंबे या उद्योगधंद्याकरिता एक झाली पाहिजेत. त्यांना त्यांच्या योग्यतेप्रमाणे वेतन मिळाले पाहिजे. होणारा नफाही वाटून मिळाला पाहिजे. यासाठी आपण सहकार्य करण्यास शिका. आपली सहकारी पतपेढी काढा.

आपल्या शाळेची भरभराट व्हावी, त्याचप्रमाणे आपल्या उद्योगाची व कारखान्यांचीही भरभराट व्हावी असे मी इच्छितो. या कामी सवलत व उत्तेजन देण्यास मी केव्हाही माघार घेणार नाही, याची आपण खात्री बाळगा.

आपले हक्क बजावले पाहिजेत!

दिल्ली येथे अखिल भारतीय अस्पृश्यता परिषदेच्या तिसऱ्या अधिवेशनात प्रमुख पाहुणे म्हणून राजर्षी शाहू महाराजांनी केलेले हे भाषण (दि.१६ फेब्रु. १९२२). प्रस्तुत भाषणात अस्पृश्यांनी आपल्या पूर्वापार चालत आलेल्या धंद्यांना चिकटून न राहता शिक्षण घेऊन समाजातील विविध प्रतिष्ठित व्यवसाय काबीज केले पाहिजेत, असे आवाहन केलेले आहे. अस्पृश्यांनी आपल्या 'उन्नतीसाठी मि. भीमराव आंबेडकरांचे उदाहरण डोळ्यांपुढे ठेवावे', असेही त्यांनी आवर्जून सांगितले आहे.

मी आपली भाषा चांगल्या तऱ्हेने जाणत नाही, म्हणून मला ज्या प्रकारे आपले विचार आपणापुढे मोडक्यातोडक्या भाषेत मांडता येतील, त्याप्रमाणे मांडण्याची मी परवानगी घेतो.

आजचा मान खरे म्हटले असता आपणांतील उत्साही व सुशिक्षित पुढारी मिस्टर आंबेडकर यांनाच मिळावयास पाहिजे. माझ्यापेक्षा ते जास्त सुशिक्षित आहेत व अभिमानी आहेत. त्यांनी आपल्या कल्याणाकरिता अविश्रांत श्रम केले आहेत. परंतु त्यांना आज आपल्यांमध्ये हजर राहता येणे शक्य नाही. कारण ते विलायतेस गेले आहेत. तेथे ते आपले हित अंतःकरणात ठेवून इतर व्यवसाय करतील, यात तीळमात्र शंका नाही.

प्रथमतः आपण सर्व आज या ठिकाणी परमपूज्य बादशहा पंचम जॉर्ज यांचे युवराज प्रिन्स ऑफ वेल्स यांचे स्वागत करण्याकरिता लांबलांबून आला आहात, याबद्दल मी आपले अभिनंदन करतो व

तुम्हीही खात्री बाळगा की, तुम्हा सर्वांना पाहून युवराजांनाही आपणासंबंधी आनंद, प्रेम वाटत आहे.

आज आपण सर्व एके ठिकाणी मिळून आपल्या उन्नतीचे प्रयत्न शांततेच्या मार्गाने करीत आहात, ही मोठी अभिनंदनीय गोष्ट आहे. हे खरोखरच आपणामध्ये नवीन चैतन्य उत्पन्न झाल्याचे सूचक आहे. ही चैतन्याची चळवळ, हे आत्मोन्नतीचे प्रयत्न, हे सामाजिक हीन स्थितीतून मुक्त होण्याचे निकराचे युद्ध आहे. असेच नेटाने ते चालू ठेवल्यास ईश्वर आपल्या प्रयत्नांस यश देईलच देईल.

आपण आपल्या एकाच पूर्वापार धंद्याला चिकटून न राहता, शिक्षण घेतले पाहिजे. आपण फौजेत तसेच कचेऱ्यांत मोठमोठ्या जागा पटकाविल्या पाहिजेत. तसेच वकील, बॅरिस्टर, डॉक्टर, व्यापारी वगैरे स्वतंत्र धंद्यांत प्रवीणता मिळवून आपली उन्नती करून घेतली पाहिजे.

माझ्या लहानशा राज्यात आपले ज्ञातिबंधू हे सर्व व्यवसाय करीत असून, तेथील म्युनिसिपल कमिटीचे चेअरमन हे आपणापैकीच एक आहेत, ही गोष्ट नमूद करण्यास मी आपली परवानगी घेतो. ही कदाचित आत्मस्तुती केल्याचा आरोप मजवर येईल; परंतु त्याबद्दल आपण क्षमा कराल, अशी विनंती आहे. कारण आपले लोक प्रयत्नांती काय करू शकतात, एवढेच दाखविण्याकरिता मी वरील उदाहरण आपणास सांगितले आहे. हेच युवराज ज्या वेळी पुन्हा आपणांस भेट देण्यास येतील, त्या वेळी तुम्हांपैकी पुष्कळ जण फौजेत व कचेऱ्यांत मोठे आफिसर व स्वतंत्र धंद्यातील पुढारी या नात्याने त्यांचे स्वागत कराल, अशी मला पूर्ण आशा आहे. आपले त्यांच्यावरील दृढ प्रेम त्यांना खात्रीने ओढवून आणील.

आपणामध्ये जी जागृती झाली आहे, जे नवजीवन उत्पन्न झाले आहे, त्या सर्वांचे कारण ब्रिटिश राज्याचा उदय होय, ही गोष्ट आपण केव्हाही विसरता कामा नये. आपल्या दयाळू इंग्रज सरकारने आपणास ज्या नवीन सुधारणा दिल्या आहेत व आपले अंतिम राजकीय ध्येय (Progress in realissation of Self Government) स्वराज्य हे ठरवून, आपणासमोर जी आपली राजकीय, सामाजिक, आर्थिक व नैतिक उन्नती करून घेण्याचा मार्ग खुला करून ठरविला आहे, त्याचा आपण शहाणपणाने उपयोग करून घ्याल, अशी मला उमेद आहे.

कोणत्याही देशाचे राजकीय भवितव्य, त्यातील लोकांच्या सुचारित्र्यावर अवलंबून असते. याकरिता आपण सर्वांनी आपले शील सुधारण्याचा प्रयत्न करून आपणामध्ये, आपणांस दिलेल्या हक्कांचा उपयोग करण्याची योग्यता आहे, असे आपल्या वर्तनाने दाखविले पाहिजे. आपणांस आपल्यापैकीच योग्य पुढारी मिळाले असून, ते सरळ व शांततेच्या मार्गावर आहेत; हे पाहून मला आनंद होत आहे.

हिंदी राष्ट्रात उत्पन्न झालेल्या नवउत्साहाच्या भरात, आपण राष्ट्रास विसरलो नाही. हजारो वर्षांपासून आपणावर लादलेली अस्पृश्यतेची बेडी आस्ते आस्ते ढिली होत चालली आहे. ती लवकरच पूर्णपणे तुटून पडेल, अशी माझी खात्री आहे. आपण आपल्या हक्कांस जपले पाहिजे. जेथे आपल्या सामाजिक व मानवी प्राण्यांना असणाऱ्या नैसर्गिक हक्कांचा प्रश्न येईल, तेथे तेथे आपण शहाणपणाने, प्रेमाने परंतु दृढ आग्रहाने स्थिर राहिले पाहिजे. आपले हक्क बजाविले पाहिजेत. हे सर्व अत्यंत शहाणपणाने पार पाडण्यास आपण सरकारशी सहकार्य करून शांततेचे अवलंबन केले पाहिजे.

या विसाव्या शतकात आपली प्रगती करण्याचा मार्ग हा दंगेधोपे व बंडाळी करण्याचा नसून, शांततेने व व्यवस्थित रीतीने आपला आपण विकास करून घेणे, हा होय. हेच तत्त्व आता जगन्मान्य झाले आहे. वॉशिंग्टन व जिनोआ येथे भरणाऱ्या राष्ट्रीय परिषदेच्या मुळाशी हेच तत्त्व आढळून येईल. त्याचाच आपणही स्वीकार केला पाहिजे.

आपण आपले पुढारी मि. भीमराव आंबेडकर यांचे उदाहरण डोळ्यांपुढे ठेवून त्याप्रमाणे होण्याचा प्रयत्न करावा. मी आपला गुलाम आहे, मी आपला दास आहे. माझ्याकडून आपण सेवा करून घ्यावी, हीच माझी विनंती आहे.

माझ्या अल्पमतीस अनुसरून माझे विचार थोडक्यात आपणापुढे मांडले आहेत. ते मांडण्याची संधी आपण मला दिली व माझे शब्द शांतपणे ऐकून घेतले, याबद्दल मी आपले आभार मानून, आपली रजा घेतो.

❖

शाहू छत्रपतींच्या समाजपरिवर्तनाच्या कार्यावर प्रकाश टाकणारा
निवडक जाहीरनाम्यांचा व हुकूमनाम्यांचा संग्रह

राजर्षी शाहू छत्रपतींचे जाहीरनामे व हुकूमनामे

संपादक
डॉ. जयसिंगराव भाऊसाहेब पवार

राजर्षी शाहू छत्रपतींच्या संस्थानातील त्यांनी काढलेल्या जाहीरनाम्यांचा व हुकूमनाम्यांचा हा निवडक संग्रह त्यांच्या समाजपरिवर्तनाच्या कार्यावर प्रकाश टाकणारा आहे. त्यातून महाराजांची आपल्या प्रजेच्या कल्याणाविषयीची तळमळ व्यक्त होते. तसेच त्यांची पुरोगामी दृष्टी व समाजसुधारणेविषयीची कल्पकता दिसून येते.
हे जाहीरनामे व हुकूमनामे कोल्हापूर पुरालेखागारातून घेतलेले असून, ते संपादकीय टिपणीसह येथे दिले आहेत. ते शाहूप्रेमी वाचकांना, तसेच अभ्यासकांना उद्‌बोधक व मार्गदर्शक ठरतील, यात शंका नाही.

www.ingramcontent.com/pod-product-compliance
Lightning Source LLC
LaVergne TN
LVHW090003230825
819400LV00031B/508